AF748571

எஸ்.கிருஷ்ணன்

கணினித் துறையில் பணிபுரிபவர். வரலாற்று ஆர்வலர். கல்வெட்டு ஆராய்ச்சியிலும் தமிழ் எழுத்துரு ஆராய்ச்சியிலும் ஆர்வமுள்ளவர். தமிழகத்தைப் பற்றிய வரலாற்று நூல்களை எழுதியிருக்கிறார். ஆங்கிலத்திலிருந்து மொழிபெயர்த்திருக்கிறார். நாளிதழ்களிலும் இணையத்திலும் தமிழகத் தென்னிந்திய வரலாறு பற்றித் தொடர்ந்து எழுதி வருகிறார்.

பண்டைய இந்திய நாணயங்கள்
- ஓர் அறிமுகம் -

எஸ். கிருஷ்ணன்

பண்டைய இந்திய நாணயங்கள் - ஓர் அறிமுகம்
- எஸ். கிருஷ்ணன் ©

சுவாசம் பதிப்பகம்

Pandiya India Nanayangal - Orr Arimugam
by S.Krishnan ©

ISBN: 978-81-982855-6-0
Title Number: Swasam 236

First edition: Dec 2024

Published by:
Swasam Pathippagam,
An imprint of Swasam Publications Private Limited,
52/2, Near B.S Mahal,
Ponmar,
Chennai, Tamil Nadu – 600127
Email: swasam.publications@gmail.com

Printed by: Adyar Students Xerox, Chennai – 600 002

To buy the book: Swasam Bookart - +91-8148066645
Website: https://www.swasambookart.com/

உள்ளே...

1.	நாணயங்களின் ஆரம்ப கால வரலாறு	7
2.	பண்டைய இந்திய நாணயங்கள்	15
3.	வெளிநாட்டவரின் நாணயங்கள்	25
4.	சங்க கால நாணயங்கள்	48
5.	சாதவாகனர்களின் நாணயங்கள்	61
6.	குப்தர்கள் வெளியிட்ட நாணயங்கள்	72
7.	ஹூணர்களின் நாணயங்கள்	99
8.	பிற வட இந்திய அரசுகளின் நாணயங்கள்	106
9.	பிற்காலச் சோழர் நாணயங்கள்	116
10.	பிற்காலப் பாண்டியர் காசுகள்	123
11.	விஜயநகர / நாயக்கர் கால நாணயங்கள்	132
12.	பிற தென்னிந்திய அரசுகளின் நாணயங்கள்	147

1

நாணயங்களின் ஆரம்ப கால வரலாறு

நாணயங்களின் வரலாறு மிகத் தொன்மையானது. மனித குலம் நாகரிகத்தில் வளர்ச்சி அடையத் தொடங்கிய காலகட்டத்தில், மக்கள் பெரும்பாலும் விவசாயத்திலும் கால்நடை வளர்ப்பிலும் ஈடுபட்டனர். அவர்கள் விளைவித்த பொருள்களையும் கால்நடைகளையும் பரிமாறிக்கொள்ள வேண்டிய தேவை வந்தபோது, கொடுக்கும் பொருளுக்கு ஈடாக மற்றொரு பொருளை வாங்கிக்கொள்ளும் பண்டமாற்று முறையே உலகெங்கும் வழக்கத்தில் இருந்தது. உதாரணமாக நெல்/அரிசிக்கு ஈடாக உப்பைக் கொடுக்கும் வழக்கம் இருந்தது. ஆனால் நாளடைவில் பொருள்களின் மதிப்பு மாறவே, எந்தப் பொருளுக்கு எதைப் பண்டமாற்றாகப் பயன்படுத்துவது என்ற சிக்கல் எழுந்தது. அதன் காரணமாகச் சில குறிப்பிட்ட பொருள்களைப் பண்டமாற்றுக்கான அடிப்படை பொருள்களாக வைத்துக்கொள்ளத் தொடங்கினர்.

சில இடங்களில் பசுக்கள் போன்ற விலங்குகள்கூட பண்டமாற்றுக்கு அடிப்படையாக இருந்ததைப் பார்க்கிறோம். பாணிணி எழுதிய 'அஷ்டத்யாயி' என்ற நூல், பண்டமாற்றுக்குப் பசுக்கள் பயன்படுத்தப்படுவதைப் பற்றிக் கூறும்போது 'கோ புச்சம்' என்று குறிக்கிறது. 'கோ புச்சம்' என்றால் பசுக்களின் வால் என்று பொருள். பசுக்களைப் பண்டமாற்றாகப் பெறும்போது அதன் வாலைப் பிடித்துப் பெற்றுக்கொள்ளும் வழக்கம் இன்றும்கூட வழக்கத்தில் உள்ளது. ரிக்வேதத்தில் உள்ள

குறிப்பு ஒன்று இந்திரனின் சிலை, பத்துப் பசுக்களுக்கு விற்கப்பட்டதாகக் கூறுகிறது. ஆனால் இந்த வழக்கத்திலும் நாளடைவில் நடைமுறைச் சிக்கல்கள் எழுந்தன. பசுக்களைக் காப்பதற்குப் பெரும் கொட்டகைகள் தேவைப்பட்டன. அவற்றிற்கு எதுவும் பாதிப்பு நேர்ந்தால் அவற்றின் மதிப்பு குறைந்துவிடும். ஆகவே பசுக்களைப் பண்டமாற்றாகக் கருதும் வழக்கம் அதிக அளவில் பழக்கத்தில் வரவில்லை.

இக்காலகட்டத்தில் சோழிகளை, நாணயமாற்றாகப் பயன்படுத்தும் வழக்கமும் இருந்தது. இவை பல காலம் வணிகத்தில் மாற்றாகப் பயன்படுத்தப்பட்டிருக்கின்றன.

சில குறிப்பிட்ட பொருள்களைப் பண்டமாற்றாகப் பயன்படுத்தும்போது அவற்றின் மதிப்பும் தரமும் வேறு வேறாக இருக்கவே, அவற்றைப் பயன்படுத்துவதிலும் பல பிரச்சினைகள் இருந்தன. அதன் காரணமாக, எல்லோராலும் மதிப்பு மிக்கதாகக் கருதப்படும் தங்கம், பொருள்களை வாங்கவும் விற்கவும் உதவும் சாதனமாகப் பயன்பாட்டிற்கு வந்தது. ‘நிஷ்கம்’ என்ற குறிப்பிட்ட வகை நகை பொருள் இதற்குப் பயன்படுத்தப்பட்டதாகப் பண்டைய காலக் குறிப்புகள் தெரிவிக்கின்றன.

கக்ஷிவத் என்ற முனிவர் பவ்ய முனிவரிடமிருந்து பத்துக் குதிரைகளையும் பத்து நிஷ்கங்களையும் வெகுமதியாகப் பெற்றதாக ரிக்வேதம் தெரிவிக்கிறது. ‘கோபத பிராமணத்தில்’ உத்தாலக ஆருணி என்ற அறிஞர் தன்னை வாதத்தில் வெல்வதற்கு யாருமில்லை என்றும் அப்படி யாராவது தன்னை ஜெயித்துவிட்டால் அவர்களுக்கு நிஷ்கம் கட்டப்பட்ட கொடி ஒன்றைப் பரிசளிப்பதாக சவால் விட்டதும் குறிப்பிடப்படுகின்றன. வேதங்களிலும் உபநிடதங்களிலும் நிஷ்கம் ஒரு மதிப்பு மிக்க நகையாகக் கூறப்படுகிறது.

நிஷ்கம் என்ற நகையைப் பயன்படுத்துவதும் காலப்போக்கில் குறைந்து, நகைகளைச் செய்யப் பயன்படுத்தப்பட்ட உலோகமான தங்கத்தையே பண்டமாற்றுக்குப் பயன்படுத்தினால் என்ன என்ற யோசனை ஒரு கட்டத்தில் எழுந்தது. தங்கத்தை நகையாகச் செய்யும்போது, அதில் செம்பு போன்ற உலோகங்களை வைத்துக் கலப்படம் செய்யப்படும். அப்போது தங்கத்தின் தரம் மாறுபடும். எல்லா நகைகளும் ஒன்றுபோல் இருக்காது. இந்த நடைமுறைச் சிக்கல்கள் தங்கத்தை நேரடியாகப்

பயன்படுத்துவதில் தீர்க்கப்படும் அல்லவா? அதனால் தங்கம் பண்டமாற்றின் அடிப்படையாக மாறியது. மக்கள் தங்கக்கட்டிகளைக் கொண்டு பொருள்களை வாங்கவும் விற்கவும் ஆரம்பித்தனர்.

இருந்தாலும் தங்கத்தின் அளவு இன்னது என்று எப்படி நிர்ணயிப்பது? ஆகவே தங்கத்தை எடைபார்ப்பதற்குத் தராசுகள் கொண்டுவரப்பட்டன. அதில் தங்கத்தின் எடையைக் கண்டுபிடிக்க விதைகள் பயன்படுத்தப்பட்டன. அதே சமயம் வேறுபட்ட விதைகள் பயன்படுத்தப்பட்டால் குழப்பம் வருமல்லவா? அதனால் ஒரே விதமான விதைகளைக் கொண்டு தங்கத்தின் அளவு கண்டறியப்பட்டது. தங்கம் ஒரு தட்டிலும் விதைகள் இன்னொரு தட்டிலும் வைக்கப்பட்டன. எத்தனை விதைகள் இருக்கின்றனவோ, அதை வைத்து தங்கத்தின் அளவு குறிக்கப்பட்டது.

முதலில் 'கிருஷ்ணளம்' என்ற ஒரு வகை விதை பயன்படுத்தப்பட்டது. பின்பு 'குன்றிமணி', நெல் (தண்டுலம்), பருப்பு (மாஷம்) ஆகிய விதைகள் உபயோகிக்கப்பட்டன. கழஞ்சு என்ற பெரிய வகை விதை ஒன்றையும் எடை போடப் பயன்படுத்தினர். அதனால்தான் 'குன்றிமணித் தங்கம்', '50 கழஞ்சு பொன்' போன்ற அளவைகள் பயன்பாட்டில் வந்தன. 'தைத்திரீய பிரமாணம்' ராஜசூய யாகத்தில் தேர்ப்போட்டியில் பங்குபெற்ற ஒவ்வொருவருக்கும் ஒரு 'கிருஷ்ணளம்' தங்கம் கொடுக்கப்பட்டதாகக் குறிப்பிடுகிறது.

அடுத்த பிரச்சினை ஒவ்வொரு பரிமாற்றத்தின் போதும் தங்கத்தை எடைபார்த்து அதன் பிறகு அந்தப் பரிமாற்றத்தை நடத்துவது. அது அதிக நேரம் எடுத்துக்கொண்டதால் அடுத்த கட்டத்திற்கு இந்த முறை எடுத்துச் செல்லப்பட்டது. ஒரே அளவுள்ள தங்கக் கட்டிகள் பயன்பாட்டிற்கு வந்தன. அவற்றைச் 'சதமானம்' என்று அழைப்பார்கள். போட்டிகள் நடத்திப் பரிசுகள் கொடுப்பது, புரோகிதர்களுக்குத் தக்ஷிணை அளிப்பது போன்றவற்றில் இந்தச் சதமானம் என்ற அளவு குறிப்பிடப்பட்டதற்கு ஏராளமான சான்றுகள் உள்ளன. 'சதமானம் பவதி' என்று சொல்லப்படும் ஸ்லோகம் அதன் அடிப்படையில் அமைந்ததுதான்.

ஒரே மாதிரியாக வடிவமைக்கப்பட்ட தங்கக் கட்டிகளிலும் மக்கள் ஆங்காங்கே கலப்படம் செய்ய ஆரம்பித்தனர். அவற்றை உருக்கி மீண்டும் வார்க்கும்போது அதில் வேறு

உலோகங்கள் கலக்கப்பட்டன. அதனால் எது தரமானது எது தரமில்லாதது என்று பிரிப்பதில் சிக்கல் ஏற்பட்டது. அதனால் அரசே இந்த உலோகக் கட்டிகளைத் தரம் பிரித்து முத்திரையிட ஆரம்பித்தது. தங்கத்தின் தரத்தைச் சரிபார்க்க உரை கற்களும் பயன்பாட்டில் வந்தன. தங்கத்தின் தரத்தை நிர்ணயித்து முத்திரையிடுவதற்கான அதிகாரிகளும் நியமிக்கப்பட்டனர். இவ்வாறாக நாணயங்கள் முறையாக வரலாற்றில் தோன்ற ஆரம்பித்தன.

இப்படி பொருள்களைப் பரிமாறிக்கொள்ளும்போது அவற்றிற்கு ஈடாகக் கொடுக்கும் பொருள் ஒருபுறம் மாறிக்கொண்டே வந்தபோதும், பண்டமாற்று முறை தொடர்ந்து பயன்பாட்டில் இருந்தது என்பதையும் இங்கே குறிப்பிடவேண்டும். கிட்டத்தட்ட பொயுமு 2500ல் ஆரம்பித்து, இப்படி ஈடாகக் கொடுக்கும் பொருள் மாறிக்கொண்டே வந்தது. ஹரப்பா, மொகஞ்சதாரோ, தோலவீரா ஆகிய சிந்து சரஸ்வதி நாகரிகத்தின் நகரங்கள் அகழாய்வு செய்யப்பட்டபோது, அங்கே நாணயங்களைப் போன்ற சிறு கட்டிகளைக் கண்டுபிடித்திருக்கிறார்கள். பின்னாளில் வந்த துளையிடப்பட்ட நாணயங்களுக்கும் அவற்றிற்கும் நெருங்கிய தொடர்பு இருப்பதாகவும் ஆய்வாளர்கள் கருதுகின்றனர்.

புத்த ஜாதகக் கதைகள், ‘கார்ஷபணம்’ என்ற ஒருவித நாணயம் வணிகத்தில் பயன்படுத்தப்பட்டதாகத் தெரிவிக்கின்றன. இந்த கார்ஷபணம் என்ற நாணயங்கள் பொன், வெள்ளி, செம்பு ஆகிய உலோகங்களில் செய்யப்பட்டதாகத் தெரிகிறது. பல மதிப்புகளிலும் இந்த நாணயங்கள் புழக்கத்தில் விடப்பட்டன. கார்ஷபணம், ‘அர்த்த கார்ஷபணம்’, ‘பாதகார்ஷபணம்’ ஆகிய நாணயங்கள் செலாவணியில் இருந்தன. அதேபோல் ‘மாஷகா’ என்ற நாணயமும் அக்காலத்தில் இருந்திருக்கிறது. இந்த நாணயத்திலும் ‘சதுர்மாஷகா’, ‘த்ரிமாஷகா’, ‘த்விமாஷகா’, ‘அர்த்தமாஷகா’, ‘ஏகமாஷகா’ ஆகிய பல்வேறு வகைகள் பயன்படுத்தப்பட்டன.

முத்திரையிடப்பட்ட நாணயங்களைப் பற்றிய குறிப்புகள் கிடைப்பது பாணிணியின் ‘அஷ்டத்யாயி’ போன்ற நூல்களில் இருந்துதான். அதில்தான் இந்த வகை நாணயங்களைப் பற்றி பாணிணி குறிப்பிடுகிறார். இதை வைத்து பொயுமு 5ம் நூற்றாண்டில் இவ்விதமான நாணயங்கள் புழக்கத்தில்

இருந்தன என்று ஊகிக்கலாம். அதே நூலில் நிஷ்கம் என்ற நகையும் நாணய மாற்றாக இருந்தது என்று பாணிணி கூறுவதை வைத்து அதுவும் புழக்கத்தில் இருந்தது என்று கணிக்கலாம். சதமானம், பாதம் ஆகிய வகை நாணயங்களைப் பற்றியும் அஷ்டத்யாயி கூறுகிறது.

நாணயங்கள் தோன்றிய காலத்தில் அவற்றின் எடைக்குத்தான் அதிக முக்கியத்துவம் கொடுக்கப்பட்டது. நாணயங்கள் சரியான எடையில் இருந்தால்தான் அதற்கு ஈடான பொருள்களை வாங்க முடியும். ஆகவேதான் நாணயங்களின் எடைமீது அதிகக் கவனம் செலுத்தப்பட்டது. அதன் வடிவத்தைப் பற்றி அக்காலத்தோர் கவலைப்படவில்லை. அதனால்தான் இப்போது இருப்பதைப்போல வட்ட வடிவமாக இல்லாமல் சதுரம், நீள்வட்டம் என்று பலவகை வடிவங்களில் நாணயங்கள் அப்போது இருந்தன.

நாணயங்களை உருவாக்க மூன்றுவிதமான முறைகள் பயன்படுத்தப்பட்டன. ஒரு முறையில் உலோகத் தகடுகளை வேண்டிய அளவில் வெட்டி, அதைப் பழுக்கக் காய்ச்சுவது. அதன்பிறகு அவற்றின் மேல் ஒன்றோ அல்லது அதற்கு மேற்பட்ட முத்திரைகளைத் தேவைக்கு ஏற்ப இடுவது. அத்தகைய நாணயங்களுக்கு 'முத்திரை நாணயங்கள்' என்று பெயர்.

முத்திரை நாணயங்களைத் தயாரிக்கப் பயன்படுத்திய இன்னொரு முறையில் இதேபோன்று தகடுகளை வெட்டி எடுத்துக்கொள்வார்கள். அவற்றின் இருபுறமும் முத்திரைகள் இருக்கும். அவற்றைப் பதிப்பதற்காக ஓர் இரும்புக் கட்டியில் ஒருபுறம் இருக்கவேண்டிய முத்திரைகளைக் குழியாக வெட்டி வைத்திருப்பார்கள். தகட்டை நன்றாகச் சூடாக்கி அதை அந்த இரும்புக் கட்டியின்மீது வைப்பார்கள். அதற்குப்பிறகு தகட்டின் பின்புறம் இட வேண்டிய முத்திரையை அதன் மேல் வைத்து சம்மட்டியால் அடிப்பார்கள். இப்போது சூடான தகட்டின் ஒரு பகுதி இரும்புக் கட்டியில் உள்ள குழியில் சென்று அமரும். மற்றொரு பகுதியில் மேலிருந்து முத்திரை இடப்படும். இப்படியாக நாணயத்தின் இருபுறமும் முத்திரை பதித்தபிறகு, அந்த நாணயத் தகடு வெளியில் எடுக்கப்படும். இம்முறையைப் பயன்படுத்தி ஒரு நாணயமோ அல்லது பல நாணயங்களோ அச்சடிக்கலாம். வட்டம், சதுரம், நீள்சதுரம் போன்ற பல வடிவ நாணயங்களையும் இந்த முறையில் அச்சடிக்கலாம்.

மூன்றாவது முறையில் உலோகத்தைச் சரியாக எடை போட்டு, அதை உருக்கி வார்ப்பில் போட்டு அது எந்த வடிவமாக இருந்தாலும் அப்படியே அதைக் கெட்டித்துப் பயன்படுத்துவது. இந்த முறையில் நாணயத்தின் இரண்டு பக்கத்தையும் வார்ப்பாகச் செய்து அதை இணைத்து உலோகக் குழம்பை ஊற்றிக் கெட்டிப்பார்கள். அதிக அளவில் நாணயங்களைச் செய்ய வேண்டியிருந்தால், பல்வேறு வார்ப்பட அச்சுகளை ஒன்றன் மேல் ஒன்றாக அடுக்கி, ஒரு பொது வழியின் மூலம் அவற்றினுள் உலோகங்களை ஊற்றுவார்கள். இவ்வித வார்ப்புகள் மண்ணால் செய்யப்பட்டிருக்கும். உலோகங்களின் சூடு தணிந்து அவை கெட்டிப்பட்டதும் வார்ப்பை உடைத்து நாணயங்களை வெளியில் எடுத்துப் பயன்படுத்தினர்.

அதுபோல தொடக்கக் கால நாணயங்களில் முத்திரை மட்டுமே காணப்பட்டது. அதற்குப் பிறகு அந்த நாணயம் யாருடையது என்பதைக் கண்டுபிடிப்பதற்காக சில சின்னங்கள் அவற்றில் பொறிக்கப்பட்டன. யானை,குதிரை, மரங்கள் என்று பல சின்னங்கள் பொறித்த நாணயங்கள் புழக்கத்தில் இருந்தன. முதலில் நாணயத்தின் ஒருபுறத்தில் இருந்த முத்திரைகள், நாளடைவில் நாணயத்தின் இரு புறமும் இடப்பட்டன.

முத்திரைக் காசுகள் தமிழகத்தின் பல பகுதிகளில் புழக்கத்தில் இருந்துள்ளன. கோவை, மதுரை, தருமபுரிப் பகுதிகளில் அதிக அளவில் முத்திரை நாணயங்கள் கிடைத்திருக்கின்றன. இந்தக் காசுகளில் பெரும்பாலும் யானையின் உருவம் காணப்படுகிறது. யானை மங்கலச் சின்னமாகக் கருதப்படுவதால் பண்டைக் காலக் காசுகளில் யானையின் உருவத்தைப் பொறித்திருக்கின்றனர்.

பண்டைய காலத்தில் பயன்படுத்தப்பட்ட நாணயங்களைப் பற்றி அறிவதற்குப் பல்வேறு நூல்கள் நமக்கு உதவுகின்றன. பாணிணியின் 'அஷ்டத்யாயி', கௌடில்யரின் 'அர்த்தசாஸ்திரம்' ஆகியவை நாணயங்களின் வகைகளைப் பற்றி விவரிக்கின்றன. இதைத்தவிர நாணயங்களைப் பற்றியே விளக்கும் 'ரூப சுத்த' என்ற நூல் அக்காலத்தில் இருந்திருக்கிறது. 'ரூப' எனப்படும் கல்வி, நாணயங்களைப் பற்றியது என்று தெரிகிறது. அக்காலத்தில் இது ஒரு தனிப்பட்ட கல்வியாக விளங்கியிருக்கிறது. நாணயங்களை ஆய்வு செய்வதற்காக நியமிக்கப்பட்ட அதிகாரி 'ரூபதர்சிகா' என்று அழைக்கப்பட்டார்.

இமயம் முதல் குமரி வரையிலான பாரதத்தில் பல்வேறு அரசுகள் பல்வேறு காலகட்டத்தில் ஆட்சி செய்தபோதிலும் அவர்கள் வெளியிட்ட நாணயங்களில் ஒரு சில சின்னங்கள் பொதுவாக இருந்ததைக் காணலாம். அவற்றில் மூன்று சின்னங்கள் பின்வருமாறு.

வேலியிட்ட மரம்

பண்டைக் காலத்திலிருந்தே மரங்களை வழிபடுவது மனிதக் குலத்தின் வழக்கமாக இருந்தது. மரங்களில் உறையும் தெய்வங்களைப் பற்றி சங்க இலக்கியங்கள் பேசுகின்றன.

அப்படி தாங்கள் வழிபட்ட மரங்களை நாணயங்களில் பொறிக்கும் வழக்கம் சிந்து சரஸ்வதி நாகரிகம் தொட்டு இங்குவரை நிலவியது. அதன் நீட்சியே வேலியிட்ட மரம் ஒன்றினை நாணயங்களில் பொறிக்கும் முறை. வட பாரதத்தில் ‘குனிந்தர்கள்’ தொடங்கி பாண்டியன் பெருவழுதிவரை பல்வேறு அரசர்கள் அக்காலத்திலிருந்தே இந்தச் சின்னத்தை நாணயங்களில் பொறித்து வந்துள்ளனர்.

நந்திபாதம்

சிவனை வழிபடும் முறையின் ஒரு பகுதியாக அவரது வாகனமான நந்தியின் பாதத்தை நாணயங்களில் பொறிக்கும் வழக்கமும் பல்வேறு அரசர்களிடம் காணப்பட்டது. குஷாணர்களிலிருந்து பாண்டியர்கள்வரை பல்வேறு அரசர்கள் இந்தச் சின்னத்தை நாணயங்களில் பொறித்திருக்கின்றனர்.

மலை முகடுகள்

மூன்று முகடுகள் ஆறு முகடுகள் கொண்ட நாணயங்கள் பாரதம் முழுவதும் கிடைத்திருக்கின்றன. பல்வேறு ஆய்வாளர்கள் அதை கைலாய மலை அல்லது இமயமலை என்று கருதுகின்றனர். அவை இரண்டும் பாரத மக்களுக்கு மிக முக்கியமான குறியீடு என்பதால் அவற்றை நாணயங்களில் பொறிக்கும் வழக்கம் இருந்தது என்பதைத் தெரிந்துகொள்ளலாம். யௌதேயர்கள், மௌரியர்கள், பாண்டியர்கள் என்று பலரும் இந்தச் சின்னத்தை நாணயங்களில் பொறித்திருக்கின்றனர்.

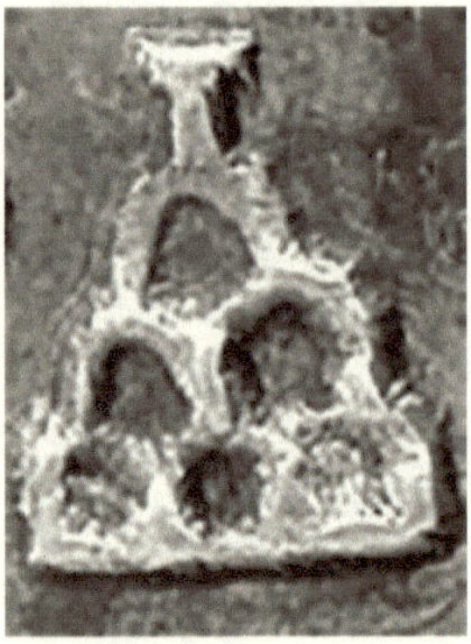

அவற்றைத் தவிர சூரிய, சந்திரர்கள், மங்கலச் சின்னமான யானை, விளக்கு ஆகியவற்றையும் பொறிக்கும் வழக்கம் இருந்தது என்பதை இந்திய நாணயங்களில் காணலாம்.

2

பண்டைய இந்திய நாணயங்கள்

மகாபாரதப் போருக்குப் பின் பாரதத்தின் பல்வேறு பகுதிகளைச் சிறிய அரசுகள் பல ஆளத் தொடங்கின. அவை ‘ஜனபதங்கள்’ என்றும் கொஞ்சம் அளவில் பெரிய அரசுகள் ‘மகாஜனபதங்கள்’ என்றும் அழைக்கப்பட்டன. இந்த அரசுகளின் வரலாறு பொயுமு 6ம் நூற்றாண்டிற்குப் பிறகு கொஞ்சம் கொஞ்சமாகத் தெளிவாக வரையறுக்கப்பட்டுள்ளது. மகாஜனபத அரசுகளில் அங்கம், அஸ்மகம், அவந்தி, சேதி, காந்தாரம், காசி, காம்போஜம், கோசலம், குரு, மகதம், மத்ஸ்யம், உத்தர பாஞ்சாலம், தக்ஷிண பாஞ்சாலம், சூரசேனம், வத்ஸம். கலிங்கம் ஆகியவை இருந்தன. இந்த மகாஜனபதங்களில் முடியரசுகளும் இருந்தன, கணசங்கம் என்று அழைக்கப்பட்ட குடியரசுகளும் இருந்தன.

மகதப் பேரரசு தோன்றுவதற்கு முன்பு பாரதத்தில் இருந்த மகாஜனபதங்கள் நாணயங்களை, அதிலும் வெள்ளி நாணயங்களை வெளியிட்டதாகத் தெரிகிறது. உத்தர, தக்ஷிண பாஞ்சாலங்கள், வத்ஸ ராஜ்ஜியம், கோசலம், காசி, வங்கம், கலிங்கம் ஆகிய அரசுகள் வெள்ளி நாணயங்களை வெளியிட்டிருக்கின்றன. இந்த அரசுகள் வெளியிட்ட நாணயங்கள் எடை, வடிவம், முத்திரை ஆகியவற்றைப் பொறுத்தவரை ஒன்றுக்கொன்று வேறுபட்டவையாக இருந்தன. சில அரசுகள் உலோகத்தை உருக்கி ஓர் அச்சில் வார்த்து அது கெட்டிப்படுவதற்கு முன்னால் முத்திரையிட்டு நாணயங்களைத் தயாரித்திருக்கின்றன. இன்னும் சில

உலோகங்களை ஒரே மாதிரியாக வெட்டி எடுத்து அவற்றில் முத்திரைகளைச் செதுக்கியிருக்கின்றன. நாணயங்களின் எடையைப் பொறுத்தவரை 20 முதல் 108 தானியமணி அளவுகளில் வேறுபட்டுக் காணப்படுகின்றன. உத்தர, தக்ஷிண பாஞ்சால நாணயங்கள் 25 தானியமணி எடை கொண்டவையாக இருந்திருக்கின்றன.

சூரசேனை

யமுனையின் மேற்கில் இருந்த அரசு சூரசேனை. இந்த அரசும் உத்தர, தக்ஷிண பாஞ்சால அரசுகளும் ஒரே மாதிரியான நாணயங்களை அச்சிட்டிருக்கின்றன. அவற்றின் எடை 25 தானியமணி இருக்கும். சூரசேன நாணயங்களில் உள்நோக்கிய இரு அரை வட்டங்கள் உள்ளன. அதில் எருதுபோன்ற ஒரு சின்னம் உள்ளது. நாணயத்தின் வலதுபுறம் சூலம் போன்ற வடிவம் காணப்படுகிறது. இது ஒரு வெள்ளி நாணயமாகும். நாணயத்தின் பின்புறம் வெறுமையாக உள்ளது.

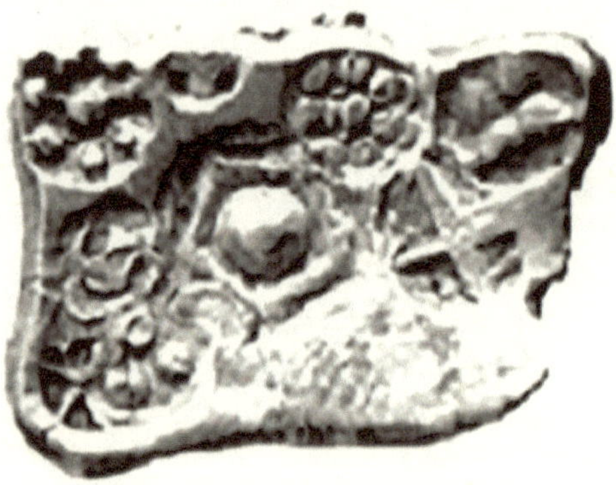

சூரசேன வெள்ளி நாணயம்

காந்தாரம்

ஆப்கானிஸ்தானில் இருந்த காந்தார அரசு பலவிதமான வடிவங்களில் நாணயங்களை வெளியிட்டிருக்கிறது. அவற்றில் சில நீள் சதுரமாகவும், சில வட்ட வடிவமாகவும் உள்ளன. இந்த நாணயங்களை உலோகத்திலிருந்து வெட்டி எடுத்து அதில் முத்திரையிட்டிருக்கின்றனர். நாணயங்கள் சரியான எடையில் இருப்பதற்காக அவற்றின் ஓரங்கள் தேய்க்கப்பட்டிருக்கின்றன. நாணயங்களின் மேலும் கீழும் முத்திரை பதிக்கப்பட்டிருக்கிறது. சூடான முத்திரையை மெல்லிய தகட்டின்மீது பதித்ததால், நாணயங்கள் குழிவாக

உள்ளன. அவற்றில் ஒரு வகை நாணயத்தில் திரிசூலம் போன்ற அமைப்புகள் காணப்படுகின்றன.

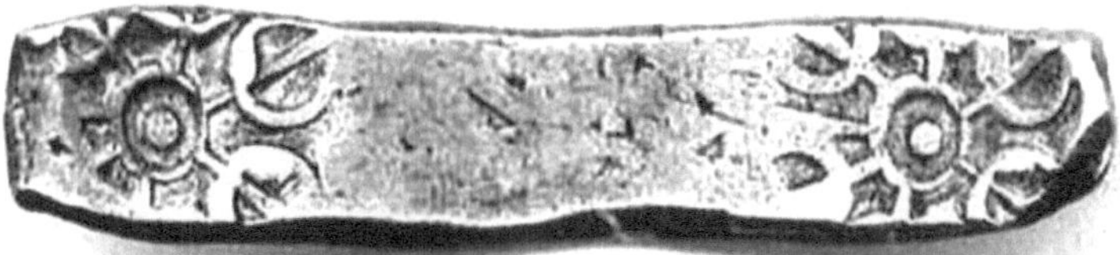

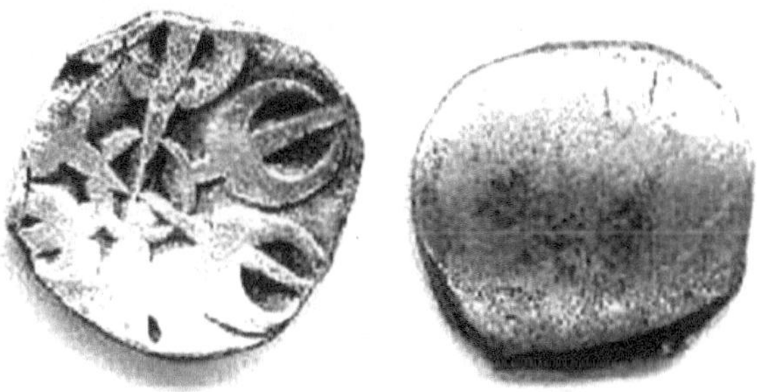

இன்னொரு வகையான நாணயம் தக்ஷசீலத்தைச் சேர்ந்தது. அதில் வேலியிடப்பட்ட மரம் ஒன்றும், பிறைச்சந்திரனும், நந்திபாதமும் காணப்படுகின்றன.

சிவனின் வாகனமான நந்தியின் பாதம் பொறித்த நாணயங்கள் பலவற்றை இந்த நூலில் நாம் பார்க்கப்போகிறோம். அவற்றில் பழமையான நாணயங்களில் ஒன்றாக காந்தார நாணயத்தைக் கருதலாம்.

கோசலம்

கோசலம் கார்ஷபணம் என்ற நாணயங்களை வெளியிட்டது. இவை 25மிமீ விட்டமும் 2.70கி எடையும் கொண்டவை. பொயுமு ஐந்தாம் நூற்றாண்டைச் சேர்ந்த இவ்வகை நாணயங்கள் முத்திரையிடப்பட்ட நாணய வகையைச் சேர்ந்தவையாகும்.

பாஞ்சாலம்

உத்தர, தக்ஷிண பாஞ்சால அரசுகள் கங்கை ஆற்றுக்கும் இமயமலைக்கும் இடையில் அமைந்திருந்தன. இந்த

அரசு வெளியிட்ட நாணயங்களில் ஒருபுறம் இந்திரனின் உருவம் உள்ளது. மறுபுறம் பாஞ்சால நாட்டுச் சின்னங்கள் உள்ளன. அருகில் 'இந்த்ரமித்ரஸ' என்று பிராமியில் எழுதப்பட்டுள்ளது. இவை கிட்டத்தட்ட 25 தானியமணி எடை கொண்டவையாகும்.

மகதம்

மகத அரசின் நாணயங்கள் இருவகைப்படும். உயர்தர நாணயங்கள் முட்டை வடிவத்தில் தட்டையாக உள்ளன. அவற்றில் தாமரை வடிவம் பொறிக்கப்பட்டுள்ளது. இவை 125 தானியமணி அளவு உள்ள நாணயங்கள் ஆகும். குறைந்த தரமுள்ள நாணயங்கள் 3 தானியமணி அளவே உள்ளன. இந்த நாணயங்களும் தாமரைச் சின்னத்தைச் சிறிய அளவில் கொண்டுள்ளன. இன்னொரு வகை மகத நாணயங்களில் சூரியன், மூன்று காளை உருவங்கள், சிங்கம் ஆகிய சின்னங்கள் பொறிக்கப்பட்டிருக்கின்றன.

இந்த நாணயங்கள் உலோகத்தை உருக்கி அச்சில் வார்த்து அது கெட்டிப்படுவதற்கு முன்பே முத்திரையிடப்பட்டவை. அதனால் சின்னங்கள் சரியாக விழாமல், ஆங்காங்கே பள்ளங்கள் காணப்படுகின்றன. சில நாணயங்களில் உலோகக் கறை படிந்துள்ளது. சிலவற்றில் சின்னங்கள் சரியாகப் பதியவில்லை. நாணயங்களின் இருபுறமும் முத்திரை பதித்ததால், முன்புறம் உள்ளவை பிதுக்கமாகவும் பின்புறம் உள்ளவை பள்ளமாகவும் காட்சியளிக்கின்றன.

இவையெல்லாம் மகதம் ஒரு மகாஜனபதமாக இருந்தபோது அச்சிடப்பட்ட நாணயங்கள் என்று ஆய்வாளர்கள் கருதுகின்றனர். பொயுமு 5ம் நூற்றாண்டில், 'அஜாதசத்ரு' மகதத்தை ஆட்சி செய்தபோது அது பேரரசாக மாறத்தொடங்கியது. அருகிலுள்ள பல மகாஜனபதங்களை வென்று மகதம் விரிவடைந்தது. அஜாதசத்ருவிற்குப்

பிறகு வந்த சிசுநாக வம்ச அரசர்களும் அதன்பின் வந்த நந்த வம்ச அரசர்களும் மகதப் பேரரசை வலிமையாக்கி விரிவுபடுத்தினார்கள்.

மகதம் பேரரசாக மாறியபோது, அதாவது அஜாதசத்துருவின் காலம் தொடங்கி, 54 தானியமணி அளவுள்ள நாணயங்கள் புழக்கத்தில் விடப்பட்டன. இவை உலோகங்களிலிருந்து நேரடியாக வெட்டி எடுக்கப்பட்ட நாணயங்கள். இவற்றில் பெரிய நாணயங்கள் மெல்லியதாகவும் சிறியவை தடிமனாகவும் இருக்கின்றன. வட்ட வடிவிலும் சதுர வடிவிலும் கிடைக்கும் இந்த நாணயங்களில் சூரியன், மனித உருவங்கள், காளை, யானை, மான், ஆமை, முதலை ஆகிய உருவங்கள் பொறிக்கப்பட்டிருக்கின்றன. நாணயவியலாளர்கள் சுமார் 500 வகை நாணயங்கள் இது போன்று தரம் பிரிக்கப்பட்டிருக்கின்றன என்று கூறுகின்றனர். இதுபோன்று வெள்ளி நாணயங்களை அச்சிடும் முறை பொயுமு 2ம் நூற்றாண்டுவரை இருந்திருக்கிறது. அடுத்த சில நூற்றாண்டுகளுக்கு வெள்ளி நாணயங்கள் புழக்கத்தில் விடப்படவில்லை என்பது ஏன் என்பது தெரியவில்லை. மீண்டும் குப்தப் பேரரசின் காலத்தில்தான் வெள்ளி நாணயங்கள் புழக்கத்தில் வந்தன.

அலெக்சாண்டரின் நாணயம்

பொயுமு நான்காம் நூற்றாண்டில் மாசிடோனிய அரசரான அலெக்ஸாண்டர் இந்தியாமீது படையெடுத்து வந்தார்.

வழியெங்கும் இருந்த அரசுகளை வென்று இந்தியாவின் வடமேற்குப் பகுதியில் நுழைந்த அலெக்ஸாண்டரோடு, தக்ஷசீலத்தை ஆட்சி செய்த அம்பி என்ற அரசன் சமாதானம் செய்துகொண்டான். அதன்பின் கிழக்கு நோக்கி வந்த அலெக்ஸாண்டர், ஜீலம் நதிக்கரையில் பஞ்சாப் பகுதியை ஆட்சி செய்துகொண்டிருந்த புருஷோத்தமன் என்ற மன்னனைச் சந்தித்தார். புருஷோத்தமனின் யானைப்படை திறமை மிக்கது. ஆயினும் தனது போர்த் தந்திரத்தால் புருஷோத்தமனை அலெக்ஸாண்டர் வென்றதாகக் கூறப்படுகிறது.

புருஷோத்தமனின் (போரஸ்) மீது அடைந்த வெற்றியைக் குறிக்க 'டெக்கா டிரம்ஸ்' என்ற ஒரு வகை வெள்ளி நாணயங்களை அலெக்ஸாண்டர் வெளியிட்டதாக ஆய்வாளர்கள் கருதுகின்றனர். இந்த நாணயத்தின் ஒருபுறம் கிரேக்கக் கடவுளான ஸீயஸின் உருவமும் இன்னொரு புறத்தில் ஒரு போர்க்காட்சியும் காணப்படுகிறது. அதில் ஒரு குதிரை வீரன் ஈட்டியை ஏந்தி யானைமேல் உள்ள இன்னொரு வீரனிடம் போர் செய்யும் காட்சி பொறிக்கப்பட்டுள்ளது. அது ஜீலம் நதிக்கரையில் அலெக்ஸாண்டருக்கும் புருஷோத்தனுக்கும் இடையில் நடைபெற்ற போர் என்று சொல்லப்படுகிறது. இது ஆய்வுக்குரியது.

மௌரியப் பேரரசு

பொயுமு நான்காம் நூற்றாண்டின் பிற்பகுதியில் நந்தர்களைத் தோற்கடித்த சந்திரகுப்த மௌரியர், வட இந்தியாவில் மிகப் பெரிய அரசு ஒன்றை நிறுவினார். மௌரியப் பேரரசு இந்தியாவின் வரலாற்றுக் காலத்தில் ஏற்பட்ட முதல் பேரரசாகும். பல மகாஜனபதங்களை வென்று வட இந்தியா முழுவதையும் ஒரே குடைக்கீழ் கொண்டு வந்த பெருமை சந்திரகுப்த மௌரியரையே சேரும். வட மேற்கு பாரதத்தின்மீதும் படையெடுத்து அங்கே அலெக்ஸாண்டர் விட்டுச் சென்றிருந்த ஆளுநரகளையும் அவர் தோற்கடித்து, அந்தப் பகுதிகளையும் மௌரியப் பேரரசில் இணைத்தார் சந்திரகுப்தர். அலெக்ஸாண்டரின் தளபதிகளில் ஒருவரான செலூகஸின் மகளை மணந்துகொண்டு அவர்களுடன் மண உறவும் பூண்டார் அவர். சந்திரகுப்தருக்குப்பின் வந்த அவரது மகன் பிந்துசாரரும், அதன்பின் ஆட்சி செய்த அசோகவர்த்தனரும் மௌரியப் பேரரசை உச்சத்திற்கு இட்டுச் சென்றனர். தெற்கில் தமிழக அரசுகளைத் தவிர

மற்ற அரசுகள் அனைத்தும் அசோகரின் ஆட்சிக்கு அடங்கி இருந்ததாக அவர் தனது கல்வெட்டுகளில் குறிப்பிட்டிருக்கிறார்.

மௌரியப் பேரரசு வெளியிட்ட நாணயங்களைப் பற்றிய தகவல்களை அர்த்தசாஸ்திரம் தெரிவிக்கிறது. பணம், அர்த்தபணம், பாதம், அஷ்டபாதம் என்று நான்கு வகைகளில் வெள்ளி நாணயங்கள் மௌரியர்களால் வெளியிடப்பட்டிருக்கின்றன. இதில் அரை நாணயங்கள் என்றால் மதிப்பில் மட்டும் பாதி என்று பொருளல்ல, முழு நாணயத்தைப் பாதியாக வெட்டி அதையே பயன்படுத்தியிருக்கிறார்கள். இதற்கு அரசின் ஆதரவும் இருந்திருக்கிறது. வட இந்தியாவில் நடத்தப்பட்ட அகழாய்வுகளில் இதுபோன்ற பாதி நாணயங்கள் கிடைத்திருக்கின்றன.

அதைத்தவிர, வெள்ளித் துண்டுகளை வெட்டி, வட்டமாக்கிச் சிறு நாணயங்களாகவும் அக்காலத்தில் வெளியிட்டுள்ளனர். இவற்றின் பெயர் மாஷகம். நாணயம் தயாரிக்கும் முறையைப் பற்றி அர்த்தசாஸ்திரத்தில் கௌடில்யர் கூறும்போது, 'ஒரு மண்பாண்டத்தில் உலோகத்தை உருக்கி அதன்பின் சுத்தம் செய்யும் பொருளை அதனோடு சேர்த்துச் சுத்தப்படுத்தி, உலோகம் கெட்டியான பிறகு அதைச் சம்மட்டியால் அடித்து நீண்ட தகடுகளாகச் செய்து, அதைத் தேவையான வடிவங்களில் வெட்டி முத்திரையிட்டு நாணயங்களாகத் தயாரித்தனர் என்று குறிப்பிட்டிருக்கிறார். அதுபோலவே, அரசு தயாரிக்கும் உண்மையான நாணயங்கள்போலப் போலி நாணயங்களையும் அச்சிட்டு உலவ விடுவோர் இருந்தனர்' என்றும் அவர் கூறுகிறார்.

மௌரிய காலத்தில், 'ரூப்யாரூபா', 'கார்ஷபணா' ஆகிய நாணயங்களும் புழக்கத்தில் இருந்தன. தங்க நாணயங்களும் வெள்ளி நாணயங்களும் இவற்றில் உண்டு. கார்ஷபணம் வெள்ளியிலும் செம்பிலும் மட்டும் இருந்ததாகவும் ஒரு கருத்து நிலவுகிறது. இந்த நாணயங்கள், ஆரம்பக்கால சதுர வடிவம் கொண்டவை. மௌரிய நாணயங்களில் ஐந்து வகை சின்னங்கள் உள்ளன சூரியன், ஆறு கைகளுள்ள சின்னம், மூன்று வளைந்த மலை முகடுகள் அதன் மேல் பிறை, காளைகள், வேலியினுள் மரம் ஆகிய சின்னங்கள் நாணயங்களில் முத்திரையாக அடிக்கப்பட்டிருக்கின்றன.

மௌரியர் வெளியிட்ட கார்ஷபணம் சூரியனின் முத்திரை பொறித்த வெள்ளி நாணயம். பிந்துசாரர் காலத்து நாணயம்.

செம்பில் முத்திரையிட்ட நாணயங்கள் சந்திரகுப்த மௌரியர் மற்றும் பிந்துசாரர் ஆட்சியில் வெளியிடப்பட்டன.

ஆனால் நமக்குக் கிடைக்கும் பெரும்பாலான செம்பு நாணயங்கள் மௌரியர் காலத்திற்குப் பின்னால் கிடைத்தவையே. இந்த வகை நாணயங்கள் பீகார், ராஜஸ்தான் பகுதிகளில் அதிக அளவில் கண்டெடுக்கப்பட்டுள்ளன. இவற்றில் யானை, மலை போன்ற உருவங்கள் பொறிக்கப்பட்டுள்ளன.

தமிழகத்தின் பல பகுதிகளில் மகத, மௌரிய அரசர்கள் வெளியிட்ட முத்திரைக் காசுகள் கிடைத்திருக்கின்றன. சங்க காலத்து தமிழக இலக்கியங்களில் மகத, மௌரியப் பேரரசுகள் பற்றிய குறிப்புகள் காணப்படுகின்றன. அந்த அரசுகளோடு தமிழகம் கொண்டிருந்த நெருங்கிய தொடர்பு இதன்மூலம் விளங்குகிறது. காசுகள் மட்டும் இல்லாமல் அவற்றைச் செய்யப் பயன்படுத்தப்படும் சுடுமண் வார்ப்புகளும் தமிழகத்தில் கிடைத்திருக்கின்றன. இதில் ஒரு வார்ப்புக் கூட்டில் நான்கு நாணயங்கள் தயாரிக்கக் கூடிய வார்ப்பு உள்ளது. அவற்றில் சூரியன், காளை ஆகிய உருவங்களுக்கான அச்சுகள் உள்ளன. இரண்டாம் வார்ப்புக்கூட்டில் காளைக்கான அச்சு உள்ளது.

சுங்க வம்சம்

மௌரியர்களின் கடைசி அரசனான பிருஹத்ரதர், அவரது சேனைத்தலைவரான புஷ்யமித்திர சுங்கனால் கொல்லப்பட்ட பிறகு, புஷ்யமித்திரரால் தோற்றுவிக்கப்பட்ட அரசு சுங்க வம்சமாகும். மகதத்தைத் தலைமையாகக் கொண்டு அமைந்த ஐந்தாவது பேரரசாகும்

இது. கிட்டத்தட்ட நூறு ஆண்டுகள் ஆட்சி செய்த சுங்க வம்ச அரசர்களும் முத்திரையிட்ட வெள்ளி நாணயங்களை வெளியிட்டிருக்கின்றனர். அவர்களது முதலாவது அரசரான புஷ்யமித்திர சுங்கர் வெளியிட்ட கார்ஷபண நாணயங்களில் சூரியனது முத்திரை பொறிக்கப்பட்டிருக்கிறது. இது நீள்சதுர வடிவமாக உள்ளது.

இதைத் தவிர சுங்க வம்ச அரசர்கள் செப்பு நாணயங்களையும் வெளியிட்டிருக்கிறார்கள்.

சுங்க வம்ச அரசர்களின் நாணயங்களில் யானை, வேலியிட்ட மரம் ஆகியவை பொறிக்கப்பட்டிருக்கின்றன. நாளடைவில் சுங்க வம்சம் வலிமை இழந்ததை அடுத்து பல்வேறு சிற்றரசுகள் மீண்டும் தோன்றின.

3

வெளிநாட்டவரின் நாணயங்கள்

அலெக்ஸாண்டரின் படையெடுப்பிற்குப் பிறகு, சாரி சாரியாக இந்தியாவின் வடமேற்குப் பகுதிக்குள் பல வகை அந்நிய நாட்டினர் குடி புகுந்தனர். பாரசீகத்திலிருந்தும் மத்திய ஆசியப் பகுதியிலிருந்தும் பல வகை நாடோடிகள் இந்தப் பிரதேசத்தில் ஒருவர் பின் ஒருவராகப் புகுந்து ஒருவரை ஒருவர் வென்று ஆளத் தொடங்கினர். பாக்ட்ரியப் பகுதியைத் தலைமையாகக் கொண்டு ஆட்சி செய்த செலுகஸ் நிகேடாரின் அரசு, மௌரியப் படையெடுப்பாலும் பின்னாளில் அந்தப் பேரரசு வீழ்ச்சியடைந்ததாலும் பல்வேறு துண்டுகளாகச் சிதைந்தது.

இந்தோ - கிரேக்க அரசு

அலெக்ஸாண்டரின் மறைவுக்குப் பிறகு பாரசீகத்திற்குக் கிழக்கே பாக்ட்ரிய அரசு உருவெடுத்தது. யவனர்களின் அரசு, இந்தோ - பாக்ட்ரிய அரசு என்றெல்லாம் அழைக்கப்பட்ட இந்தோ - கிரேக்கர்களின் வம்சம் அந்த அரசை ஆட்சி செய்யத் தொடங்கியது. பொயுமு இரண்டாம் நூற்றாண்டில் தோன்றிய அந்த அரசில் முதலாவதாக டெமெட்ரியஸ் ஆட்சிக்கு வந்தார். முதலில் காந்தாரத்தை வென்ற அவர், கங்கைச் சமவெளியில் உள்ள பல இடங்களையும் வெற்றி கொண்டதாகக் கூறப்படுகிறது. அந்த வம்சத்தில் சில சமயம் பல அரசர்கள், வடமேற்கு இந்தியப் பகுதியில் பல்வேறு இடங்களை ஆட்சி செய்திருக்கிறார்கள். கிட்டத்தட்ட 37 இந்தோ - கிரேக்க அரசர்கள்

இந்த வம்சத்தில் இருந்திருக்கின்றனர். டெமிட்ரியஸ், அகதோகிளிஸ், பண்டலியன், அந்தியோகஸ், தியோதாதஸ், அந்தியால்கிடஸ், யூகிராடிடீஸ், மெனாண்டர், சோயிலோஸ், அகதோக்ளியா, ஸ்ட்ராடோ, ஹெலியோக்லீஸ், டியோமிடீஸ், அமிண்டாஸ், எபாண்டர், தீயோபிலோஸ், ஆகியோர் அவர்களில் சில அரசர்கள் ஆவார்.

இந்திய நாணயவியலில் இந்தோ - கிரேக்க அரசு பல புதிய முறைகளை அறிமுகப்படுத்தியது. ஒரே வார்ப்பில் செய்யப்பட்ட நாணயங்கள் இந்த அரசர்களால் வெளியிடப்பட்டன. பாக்ட்ரிய அரசை ஆண்ட மன்னர்கள் வெள்ளி, செம்பு நாணயங்களை அச்சடித்திருக்கின்றனர். பந்தாலியன், அகதோக்ளிஸ் ஆகிய அரசர்கள் நிக்கல் நாணயங்களை வெளியிட்டிருக்கின்றனர். இந்த மன்னர்கள் அனைவரும் கிரேக்க நாணய முறையைப் பின்பற்றினாலும், இந்திய முறைப்படி சிற்சில மாற்றங்களை அவர்கள் செய்திருக்கின்றனர். அபொல்லோதாதஸ், பிலாக்ஷீனஸ் ஆகியோர் சதுர வடிவமான ஹெமிடிராம்ஸ் நாணயங்களையும் மற்ற மன்னர்கள் வட்ட வடிவமான நாணயங்களையும் வெளியிட்டிருக்கின்றனர்.

முதலாம் டெமெட்ரியஸ் வெளியிட்ட வெள்ளி நாணயங்களில் யானைத் தொப்பி அணிந்த அவரது மார்பளவு உருவம் ஒருபுறமும் சிங்கத்தின் தோலை அணிந்தவரும் கிரேக்கக் கடவுளருமான ஹெராக்ளிஸ் உருவம் மறுபுறமும் காணப்படுகிறது. நாணயத்தில் 'ராஜா டெமெட்ரியஸ்' என்று கிரேக்க மொழியில் எழுதப்பட்டிருக்கிறது.

இந்தியக் கடவுளர்களைத் தங்களது நாணயங்களில் பொறிக்கத் தொடங்கிய டெமெட்ரியஸ், லக்ஷ்மிதேவியின்

உருவம் பொறிக்கப்பட்ட நாணயத்தைத் தனது காந்தார வெற்றியைக் கொண்டாடும் வகையில் தக்ஷசீலத்தில் வெளியிட்டார்.

இந்த வம்சத்தில் வந்த அகதோகிளிஸ், தன்னுடைய நாணயங்களில் பிராமி எழுத்துகளைப் பொறிக்கத் தொடங்கினார். சதுர, செவ்வக வடிவங்களில் தன்னுடைய நாணயங்களை அகதோகிளிஸ் வெளியிட்டிருக்கிறார். இந்தியக் கடவுள்களான பலராமருக்கும் கிருஷ்ணருக்கும் முதன்முதலில் நாணயங்கள் வெளியிட்டவர் இவர்தான். இவற்றிலிருந்து பல்வேறு சமயங்களையும் ஆதரித்தவர் அகதோகிளிஸ் என்பது தெரிகிறது.

மேலே இடதுபக்கம் உள்ள நாணயத்தில் பலராமர் கலப்பையுடன் காட்சி தருகிறார். அருகில் கிரேக்க மொழியில்

‘ராஜா அகதோகிளிஸ்’ என்று எழுதப்பட்டுள்ளது. அருகில் உள்ள நாணயத்தில் வாசுதேவ கிருஷ்ணர் சக்ராயுதத்துடன் காணப்படுகிறார். அருகில் பிராமி மொழியில் ‘ராஜனே அகதுக்ளீயஸ’ என்று எழுதப்பட்டிருக்கிறது. பிராமியைத் தவிர கரோஷ்டி எழுத்துருவில் உள்ள நாணயங்களையும் அகதோகிளிஸ் வெளியிட்டார்.

அகதோகிளிஸ் வெளியிட்ட செப்பு நாணயம். லக்ஷ்மிதேவியின் உருவம் பொறித்தது. அருகில் பிராமி மொழியில் ‘ராஜனே அகதுக்ளீயஸ’ என்று எழுதப்பட்டிருக்கிறது

இரண்டாம் டெமெட்ரியஸ், அரசை ஆப்கானிஸ்தான், பஞ்சாப் வரை விரிவுபடுத்தினார். இந்தோ - கிரேக்க வம்சத்தில் வந்த பெருமன்னன் மெனாண்டர். பொயுமு 165ம் ஆண்டு ஆட்சிக்கு வந்த மெனாண்டர், பாக்ட்ரியர்களின் அரசை மதுரா வரைக்கும் விரிவுபடுத்தியிருக்கிறார். மிலிந்தர் என்று இந்திய நூல்களால் அழைக்கப்படும் இவர் மதுராவை வெற்றிகொண்டதைப் பற்றி பதஞ்சலி முனிவர் குறிப்பிடுகிறார். கலிங்க மன்னன் காரவேலனின் ஹாதிகும்பா கல்வெட்டு, யவனர்களின் அரசு மதுராவரை விரிவடைந்திருந்ததைப் பற்றிக் கூறுகிறது. இந்த மிலிந்தரின் ஆட்சியில் தான் இந்தோ - கிரேக்க நாணயங்கள் பெருமளவில் வெளியிடப்பட்டன.

உதாரணத்திற்கு, மெனாண்டர் வெளியிட்ட நாணயம் ஒன்றில் தலையில் தொப்பி அணிந்த அவரது உருவம்

காணப்படுகிறது. நாணயத்தின் மறுபக்கம் கையில் இடி ஆயுதத்தை ஏந்திய கிரேக்கத் தெய்வமான ‘ஏதெனா’ காணப்படுகிறார்.

மெனாண்டரின் மனைவியான அகதோக்ளியாவும் சில தனித்தன்மையுள்ள நாணயங்களை வெளியிட்டிருக்கிறார். இவர் அச்சடித்த வெள்ளி நாணயம் ஒன்றில் தலைப்பின்னலோடு அவரது உருவம் நாணயத்தின் ஒருபுறமும் மற்றொரு புறம் அவரது மகனான முதலாம் ஸ்ட்ராடோவின் உருவமும் உள்ளன.

இவரது மகனான ஸ்ட்ராடோ வெளியிட்ட நாணயத்தில் அவரும் அகதோக்ளியாவும் இருக்கும் உருவங்கள் நாணயத்தின் ஒருபுறம் உள்ளன. அருகில் கிரேக்க மொழியில் ‘காக்கும் அரசனான ஸ்ட்ராடோ, அகதோக்ளியா’ என்று எழுதப்பட்டிருக்கிறது. மறுபுறம் கரோஷ்டி எழுத்துருவில் ‘மஹாராஜஸ த்ரதஸா தர்மிக ஸ்ட்ராதஸ’ என்று எழுதப்பட்டிருக்கிறது.

மெனாண்டர் தொடங்கி மற்ற இந்தோ - கிரேக்க மன்னர்கள் வெளியிட்ட நாணயங்களிலிருந்து இந்தியர்கள் பல விஷயங்களை உள்வாங்கிக் கொண்டனர். பெரும்பாலும் மிருகங்களைக் கொண்டிருந்த நாணயங்களில் அவற்றை வெளியிட்ட மன்னர்களின் உருவங்கள் பொறிக்கப்பட்டிருந்தன. இவ்வகை நாணயங்களில் மன்னர்களின் தலை மட்டுமோ, அல்லது மகுடம் / தலைக்கவசம் அணிந்த தலையோ பொறிக்கப்பட்டன. உதாரணமாக டெமட்ரியஸ் வெளியிட்ட நாணயங்களில் அவர் தலைப்பாகையுடன் காட்சியளிக்கிறார். சில நாணயங்களில் மார்பளவு உருவங்கள் இருந்தன.

அந்தியால்கிடஸ் தன்னுடைய நாணயங்களில் குல்லாய் அணிந்து காட்சியளிக்கிறார். இன்னும் சிலவற்றில் மன்னர்களின் முழு உருவங்களும் முத்திரையிடப்பட்டன. அந்தியோகஸ், தியோதாதஸ், டெமட்ரியஸ் போன்ற மன்னர்களின் நினைவாக அகதோகிளிஸ் சில நாணயங்களை வெளியிட்டிருக்கிறார். அவற்றில் இந்த மன்னர்களின் தலைகள் மட்டுமே காணப்படுகின்றன. சில நாணயங்களில் அரசரும் அரசியும் சேர்ந்த உருவங்கள் காணப்படுகின்றன. ஹெர்மீயஸின் மனைவி கல்லியோப் வெளியிட்ட நாணயங்களில் அவர்கள் இருவரும் உள்ளனர். அகதோகிளியஸ் தன் மகனோடு சேர்ந்திருக்கும் முத்திரையைச் சில நாணயங்களில் பொறித்திருக்கிறார்.

போலவே பாக்ட்ரிய அரசர்கள் வெளியிட்ட நாணயங்களில் அவர்கள் வழிபட்ட தெய்வ உருவங்களும் காணப்படுகின்றன. ஆர்திமிஸ், ஹெராக்ளிஸ், அப்பல்லோ, நிகே, பல்லாஸ் போன்ற பல தெய்வ வடிவங்களை நாணயங்களில் முத்திரையாக அவர்கள் இட்டனர்.

கிரேக்க தெய்வங்களோடு இந்தியாவின் தெய்வங்களையும் அவர்கள் தங்கள் நாணயங்களில் பொறித்திருக்கின்றனர். வாசுதேவ கிருஷ்ணர், பலராம சங்கர்ஷணர், லக்ஷ்மி தேவி ஆகியோருடைய உருவங்கள் இந்தோ கிரேக்க அரசர்களுடைய நாணயங்களில் காணப்படுகின்றன. சில நாணயங்களில் புத்தமதக் குறியீடுகள் உள்ளன. சில நாணயங்கள் தெய்வங்களின் நேரடி உருவங்களுக்குப் பதிலாக அவர்களது குறியீடுகளைக் கொண்டிருந்தன. அப்பல்லோவின் முக்காலி, தியௌஸ்கௌராயின் தொப்பி ஆகியவை இதுபோன்ற குறியீடுகளாக நாணயங்களில் இருக்கின்றன. இந்திய நாணயங்களில் இருந்தது போலவே பல்வேறு விலங்குகளின் உருவங்களும் இந்த நாணயங்களில் காணப்படுகின்றன. யானை, காளை, பாக்ட்ரிய ஒட்டகம் ஆகியவற்றை இவ்வகை நாணயங்களில் காணலாம்.

முக்கியமாக, நாணயங்களில் வார்த்தைகளைப் பொறிக்கும் பழக்கத்தையும் இவ்வகை நாணயங்கள் இந்தியர்களுக்கு அறிமுகப்படுத்தின. யூகிரதிதெஸ் வெளியிட்ட நாணயங்களில் ஒரு தெய்வ வடிவமும் அதற்கு மேல் கரோஷ்டி எழுத்துருவில் 'கபீச நகரத்தின் தெய்வம்' என்று எழுதப்பட்டுள்ளது. டெமெட்ரியஸ், ஹெலியோகிளிஸ் ஆகியோரும் இப்படி வாசகங்கள் உள்ள நாணயங்களை வெளியிட்டிருக்கின்றனர். இந்த வாசகங்கள் கிரேக்க மொழியிலும் பிராகிருதத்திலும் உள்ளன. இதிலிருந்து இந்தோ - கிரேக்க அரசுகள் வட மேற்கு பாரதத்தை முழுவதும் ஆண்டிருக்கின்றன. ஆகவேதான் இந்த இரு மொழிக் கொள்கையைப் பயன்படுத்தியிருக்கின்றன என்பது தெளிவாகிறது. சில நாணயங்களில் கிரேக்க மொழி மட்டும், சில நாணயங்களில் பிராகிருதமும் சிலவற்றில் இரண்டு மொழிகளும் உள்ளன. அதிலும் பந்தாலியன், அகதோகிளிஸ் ஆகியோர் தங்கள் நாணயங்களில் கரோஷ்டிக்குப் பதிலாக பிராமி எழுத்துகளையே பயன்படுத்தியிருக்கின்றனர். இந்த நாணயங்களில் காணப்படும் சொற்கள்

- பசிலியஸ் (அரசரைக் குறிப்பது)
- சோதேரோஸ், மெகாலெவ், அந்திகிதோ, நிகெபோரோ போன்ற பட்டங்கள்
- அரசரின் பெயர்

இவையெல்லாம் பிராகிருதத்தில் பொறிக்கப்பட்டவை.

சாகர்கள்

இந்தோ - கிரேக்க மன்னர்களை அடுத்து இந்தோ ஸித்தியர்கள் என்ற இனத்தவர் வடமேற்கு இந்தியாவில் நுழைந்தனர். இவர்கள் ஆரம்பத்தில் மத்திய ஆசியப் பகுதியில் வசித்து வந்த நாடோடிகளாவார். பொயுமு இரண்டாம் நூற்றாண்டில், சீனாவிலிருந்து துரத்தப்பட்ட யுயேசி பழங்குடியினர், அங்கிருந்து கிளம்பி மத்திய ஆசியப் பகுதிக்கு வந்தனர். அங்கே ஏற்கெனவே இருந்த ஸித்தியர்களை அங்கிருந்து அவர்கள் விரட்டியடித்தனர். அதனால் ஆப்கானிஸ்தானின் வடபகுதிக்கு இந்தோ ஸித்தியர்கள் வந்து சேர்ந்தனர். அந்த இடம் சாகஸ்தானம் என்று அழைக்கப்பட்டது. ஆகவே இந்தோ ஸித்தியர்களும் சாகர்கள் என்று பெயர் பெற்றனர். அங்கிருந்து பாக்ட்ரியப் பகுதிக்கு வந்த சாகர்கள், அங்கே ஆட்சி செய்துகொண்டிருந்த இந்தோ - கிரேக்க மன்னர்களை அகற்றி அந்தப் பகுதியை ஆக்கிரமித்துக் கொண்டனர்,

பொயுமு இரண்டாம் நூற்றிலிருந்து தொடங்கிய அவர்களது குடியேற்றம் பொயு நான்காம் நூற்றாண்டுவரை தொடர்ந்தது. முதலில் ஆப்கானிஸ்தானின் பகுதிகளையும் அதன்பின் தங்களது அரசைத் தொடர்ந்து விரிவடையச் செய்து, தற்போதைய பஞ்சாப் முழுவதையும் கைப்பற்றிக்கொண்டனர் சாகர்கள்.

மாயஸ் என்பவர் இந்த வம்சத்தவர்களின் முதல் அரசராகக் கருதப்படுகிறார். அவர் வெள்ளியாலும் செம்பாலும் ஆன நாணயங்களை வெளியிட்டிருக்கிறார். அவருடைய நாணயங்கள் இந்தோ பாக்ட்ரிய வம்சத்தவர்களின் நாணய முறையைப் பின்பற்றியிருந்தன. ஆனால் அவர் தன்னுடைய உருவத்தை நாணயங்களில் பொறித்துக்கொள்ளவில்லை. மாறாக நாடோடி இனத்தவரின் சின்னங்களை அவர் நாணயங்களில் பயன்படுத்தியிருக்கிறார். உதாரணமாக ஒரு மனிதன் கையில் ஈட்டி வைத்துக்கொண்டு குதிரைச் சவாரி செய்யும் உருவம் அவரது நாணயங்களில் காணப்படுகிறது.

இன்னொரு வகை நாணயங்களில் மனிதன் ஒருவன் கையில் திரிசூலம் ஏந்தி வேகமாக நடப்பதுபோன்ற சித்தரிப்பு உள்ளது. இது சிவனுடைய உருவம் என்று பலர் கூறுகின்றனர். ஆனால் இது ஆய்வுக்குரியது. மற்றொரு வகை நாணயங்களில் இருக்கும் உருவம் பலராமன் என்று பல ஆய்வாளர்கள் கருதுகின்றனர்.

இதிலிருந்து சாகர்கள், இந்து தெய்வங்களின் உருவங்களை ஆரம்ப காலத்திலிருந்தே தங்கள் நாணயங்கள் பொறிக்கத் தொடங்கிவிட்டனர் என்பது புரிகிறது.

மாயஸ் வெளியிட்ட நாணயங்களில் கிரேக்க மொழியிலும் பிராகிருதத்திலும் பொறிக்கப்பட்ட வாசகங்கள் காணப்படுகின்றன. கிரேக்கத்தில் 'மாயஸ் அரசன்', 'மன்னர் மன்னன் மாயஸ்' போன்ற வாசகங்களும் கரோஷ்டி எழுத்துருவில் மகாராஜா மாயஸ், ராஜாதி ராஜ மகாராஜ மாயஸ் என்ற வாசகங்களும் உள்ளன. இந்த வம்சத்தைச்

சேர்ந்த வொனோனெஸ் என்பவர் வெளியிட்ட நாணயத்தில் மாயஸின் நாணயத்தைப் போலவே குதிரை வீரன் ஈட்டியுடன் நிற்கும் உருவம் உள்ளது. அந்த நாணயத்தின் மறுபுறம் கிரேக்கக் கடவுள் ஸீயுஸ் செங்கோலுடனும் மின்னலின் உருவகமான மற்றொரு கோலுடனும் காட்சியளிக்கிறார்.

வெனோனஸின் சகோதரராகக் கருதப்படும் ஸ்பலிரிஸ் வெளியிட்ட நாணயங்களில் மன்னாதி மன்னன் என்ற வாசகத்தை கிரேக்க மொழியில் பொறித்திருக்கிறார்.

நாணயத்தின் ஒருபுறம் குதிரை வீரனின் உருவமும் மறுபுறம் கிரேக்கக் கடவுளான ஸீயஸின் உருவமும் காணப்படுகின்றன. சில நாணயங்களில் ஹெராக்ளிஸின் உருவம் உள்ளது.

அடுத்ததாக சாகர்களின் வம்சத்தில் ஆட்சிக்கு வந்த முதலாம் ஏஸெஸ் மன்னன், குதிரை வீரன் உருவம் பொறித்த நாணயங்களை வெளியிட்டான். டெட்ராடிராமஸ் என்ற பெயருடைய இவை வெள்ளி நாணயங்களாகும்.

ஏஸெஸ் வெளியிட்ட சில நாணயங்களில் கிரேக்கக் கடவுளர்களான டெமிட்டர், ஹெர்மஸ் ஆகியோரும் இடம்பெறுகின்றனர். ஏஸெஸுக்கு அடுத்ததாக ஆட்சிக்கு வந்த ஏஸிலிஸும் பலவகை நாணயங்களை அச்சிட்டுப் புழக்கத்தில் விட்டார். இவருடைய தனித்தன்மை வாய்ந்த நாணயம் கஜலக்ஷ்மியின் உருவம் பொறித்த நாணயமாகும்.

இந்த வகை நாணயத்தில் லக்ஷ்மி தேவி தாமரை மலர் மேல் நின்று கொண்டிருக்கிறார். அவருடைய இருபுறமும் யானைகள் இரண்டு அவர் மீது நீரைச் சொரிகின்றன.

இந்தோ பார்த்தியர்கள்

பாரசீகத்தை ஆட்சி செய்தவர்கள் பார்த்தியர்கள். சிஸ்டான் என்ற இடத்தில் ஆண்டு கொண்டிருந்த கொண்டோபாரெஸ், பொயு முதல் நூற்றாண்டில் வடமேற்கு இந்தியா மீது படையெடுத்து அங்கேயிருந்த சாகர்களை வென்றார். இதனால் சாகர்கள் இரண்டு பிரிவாகப் பிரிந்து ஒரு பிரிவினர் வட இந்தியாவிற்குள்ளும் மற்றொரு பிரிவினர் மேற்கு இந்தியப் பகுதிகளுக்கும் சென்றனர். அவர்கள் விட்டுச்சென்ற இடத்தை ஆக்கிரமித்துக் கொண்ட பார்த்தியர்கள் காபூல், சிந்த், பஞ்சாப், அரக்கோஸியா பகுதிகளில் ஆட்சி செய்யத் தொடங்கினர்.

கொண்டோபாரெஸ் வெள்ளி, செம்பு நாணயங்களை வெளியிட்டார். வெள்ளி நாணயங்களில் பெரும்பாலும் இவரது மார்பளவு உருவமே உள்ளது.

நாணயங்களின் பின்புறத்தில் ஸீயஸ், பல்லாஸ் ஆகிய கிரேக்க தெய்வங்களின் உருவங்களைப் பொறித்து இவர் வெளியிட்டார்.

கொண்டோபரஸுக்குப் பிறகு அப்தகாஸெஸ் ஆட்சிக்கு வந்தார். இவர் வெளியிட்ட நாணயத்தில் ஒருபுறம் குதிரை மீது சவாரி செய்யும் மன்னரின் உருவம் உள்ளது. மறுபுறம் கிரேக்கக் கடவுளான ஸீயஸின் உருவம் காணப்படுகிறது. அவர் செங்கோல் தாங்கிய நிலையில் வலக்கையை உயர்த்தி ஆசி வழங்கிய வண்ணம் உள்ளார். அவருக்குப் பின் வந்த இந்தோ பார்த்திய மன்னர்கள் பலரும் கொண்டோபாரெஸின் நாணய முறையைப் பின்பற்றியே தங்கள் நாணயங்களை அச்சடித்துள்ளனர். இந்தோ பார்த்தியர்களின் ஆட்சி அதிக நாள்கள் நீடிக்கவில்லை. மத்திய ஆசியாவிலிருந்து வந்த குஷாணர்கள் அவர்களைத் தோற்கடித்து ஆட்சியைக் கைப்பற்றிக்கொண்டனர்.

குஷாணர்களின் நாணயங்கள்

சென்ற பகுதியில் பார்த்தது போல, சீனாவின் வடமேற்குப் பகுதியில் வாழ்ந்து வந்த யுயேசி இனத்தவர்கள் அங்கிருந்து கிளம்பி மத்திய ஆசியப் பகுதிக்கு வந்தனர். அங்கே ஆட்சி செய்துகொண்டிருந்த சாகர்களுக்கும் அவர்களுக்கும் மோதல் ஏற்பட்டது. அதில் தோல்வியடைந்த சாகர்கள், தெற்கு நோக்கி வந்து இந்தியாவின் வடமேற்குப் பகுதியை ஆக்கிரமித்தனர். அடுத்ததாக, பாரசீகத்தை ஆட்சி செய்துகொண்டிருந்து பார்த்தியர்கள் இந்தியாமீது படையெடுத்து வந்து சாகர்களைத் தோற்கடித்து காபூல் பள்ளத்தாக்கை அவர்களின் ஆதிக்கத்திற்கு உட்படுத்தினர்.

இதற்கிடையில் யுயேசி இனத்தவரை சீனாவிலிருந்து வந்த மற்றொரு நாடோடிக் குழுவினர் தாக்கி விரட்டவே அவர்களும் தெற்கு நோக்கி, பாக்ட்ரியாவைத் தாண்டி முன்னேறி வந்தனர். அங்கே ஆட்சி செய்துகொண்டிருந்த பார்த்தியர்களை விரட்டிவிட்டு தங்களது ஆதிக்கத்தை நிலைநிறுத்தினர். அவர்களின் ஒரு பிரிவினர் குஷாணர்கள் என்று அழைக்கப்பட்டனர். பாரதத்தின் வடமேற்குப் பகுதியில், அதாவது தற்போதைய பாகிஸ்தான், ஆப்கானிஸ்தானின் கிழக்குப் பகுதி, இந்தியாவில் கங்கைச் சமவெளி என்று அவர்களின் அரசு பரந்து விரிந்திருந்தது. குஷாணர்களின் கோடைக்காலத் தலைநகராக புருஷபுரமும் (பெஷாவர்) குளிர்காலத் தலைநகராக தக்ஷசீலமும் மதுராவும் இருந்தன.

குஷாணர்களின் அரசை தோற்றுவித்தவரின் பெயர் குஜுலா கட்பிஸஸ். பொயு 45ம் ஆண்டு வாக்கில் இவர் வடமேற்கு இந்தியாவைக் கைப்பற்றியிருக்கிறார். குஜுலா கட்பிஸஸ், தனக்கு அரசை வழங்கியவர்கள் சர்வனும் (சிவன்) ஸ்கந்தவீரனும் (ஸ்கந்தன்) என்று குறிப்பிடுகிறார். 'சத்யதர்மசிஷ்ட' என்று சிறப்புப் பெயரையும் பூண்டிருக்கிறார். இவற்றிலிருந்து இவர் சைவ சமயத்தைப் பின்பற்றியவர் என்பது தெரிகிறது.

குஜுலா கட்பிஸஸ் முதலில் வெளியிட்ட நாணயங்கள் மதிப்பு குறைந்தவை. அவர் முதலில் செம்பு நாணயங்களை அச்சடித்தார். அதில் டெட்ராடிரம்ஸ் நாணயங்களில் ஒருபுறம் பாக்ட்ரிய மன்னரான ஹெர்மேயஸின் உருவமும் மறுபுறம் ஹெராகிளிஸின் உருவமும் உள்ளன. இது பாக்ட்ரிய மன்னர்கள் வெளியிட்ட நாணயங்களைப் போன்றே தனது நாணயங்களையும் வெளியிட அவர் செய்த முயற்சி போலத் தோன்றுகிறது.

இந்த நாணயத்தின் முன்பகுதியில் கிரேக்க மொழியில் 'ராஜா ஹெர்மேயஸ், நம்மைக் காப்பவர்' என்றும் பின்புறம் கரோஷ்டி எழுத்துருவில் 'குஜுலா கஸாஸ குஷாண யெளகாஸ தர்மாதிதாஸ' என்று எழுதப்பட்டுள்ளது.

அடுத்தவகை நாணயங்களில் காளையின் உருவம் ஒருபுறமும் மற்றொரு புறம் பாக்ட்ரிய வகை ஒட்டகத்தின் உருவமும் காணப்படுகிறது. இந்த வகை நாணயங்களில் கரோஷ்டி எழுத்துருவில் 'மஹாராராயஸ ராயத்திராயஸ குயுலா கர கபஸா' என்று எழுதப்பட்டுள்ளது.

மூன்றாவது வகை நாணயங்களில் குஜுலா கட்பிஸஸ் சம்மணமிட்டு அமர்ந்திருக்கிறார். அருகில் கரோஷ்டி எழுத்துருவில் 'குயுலா கடபஸ குஷானஸ' என்று எழுதப்பட்டிருக்கிறது.

குஷாணர்களின் நாணயங்களில் பாரதத்தின் தாக்கம் குஜுலா கட்பிஸஸின் காலத்திலிருந்தே இருந்ததற்கு அவரது

நாணயங்களில் காணப்படும் கரோஷ்டி எழுத்துரு சான்றாக இருக்கிறது.

குஜூலாவிற்குப் பிறகு ஆட்சி செய்ய வந்தவர் அவரது மகனான விமா டக்டோ. அவரது நாணயங்கள் பெயரில்லாமல் வெளியிடப்பட்டன. அவற்றில் 'ராஜாதிராஜர்' என்ற பெயர் மட்டுமே பொறிக்கப்பட்டுள்ளது.

இந்த வகை நாணயங்களில் ஒருபுறம் அவரது மார்பளவு உருவமும் மறுபுறம் குதிரையில் அமர்ந்த வீரர் ஒருவரின் உருவமும் உள்ளது.

விமா டக்டோவின் மகனான விமா கட்பிஸஸ் அரியணை ஏறியபிறகு குஷாண வம்சத்தில் முதன்முதலாக தங்க நாணயங்களை அச்சடித்து வெளியிட்டார். ரோமானியப் பேரரசோடு செய்த வர்த்தகத்தில் வாங்கப்பட்ட தங்கத்தைக் கொண்டு இந்தவகை நாணயங்களை விமா அச்சிட்டிருக்கிறார். தினாரா, இரட்டைத் தினாரா,

கால்தினாரா என்ற மூன்று வகை நாணயங்களை புழக்கத்தில் விட்டார் விமா. இந்த வகை நாணயங்கள் ஒன்றில் மேகத்திலிருந்து எழுவது போல விமாவின் உருவம் பொறிக்கப்பட்டிருக்கிறது. அதில் அவர் தலைக்கவசத்தோடு காணப்படுகிறார். அருகில் கிரேக்க மொழியில் 'அரசர் விமா கட்பிஸஸ்' என்று எழுதப்பட்டிருக்கிறது.

மற்றொரு புறத்தில் சிவபெருமான் புலித்தோலுடனும் திரிசூலத்துடனும் நின்ற நிலையில் காணப்படுகிறார். அருகில் கரோஷ்டி எழுத்துருவில் 'மஹாராஜஸ ராஜாதிராஜஸ சர்வலோக ஈஸ்வரஸ விமா கத்பிதஸ த்ராதர' என்று எழுதப்பட்டிருக்கிறது. அவர் வெளியிட்ட வேறு சில நாணயங்களில் விமா நின்றிருப்பது போன்றும், மஞ்சத்தில் அமர்ந்திருப்பது போலவும், யானைச்சவாரி செய்வது போன்றும் பலிபீடத்தில் பலி கொடுப்பதுபோலவும் அவருடைய உருவங்கள் பொறிக்கப்பட்டிருக்கின்றன.

யானையில் சவாரி செய்யும் விமா நாணயத்தின் ஒருபுறம். மறுபுறம் காளையின் மீது அமர்ந்திருக்கும் சிவபெருமான்.

அவருடைய நாணயங்களின் பின்புறத்தில் பெரும்பாலும் சிவபெருமானுடைய உருவத்தையே அவர் பொறித்திருக்கிறார். இதிலிருந்து அவர் சைவ சமயத்தைப் பின்பற்றியிருக்கவேண்டும் என்று தெரிகிறது. விமா செம்பிலும் சில நாணயங்களை வெளியிட்டிருக்கிறார்.

விமா கட்பிஸஸுக்கு அடுத்ததாக குஷாணர்களின் அரசபீடம் ஏறியவர் அந்த வம்சத்தின் தலைசிறந்த மன்னரான கனிஷ்கர். இவரும் தங்கத்திலும் செம்பிலும் நாணயங்களை வெளியிட்டார். இவருடைய நாணயங்களில் ஒரே வடிவத்தில் கனிஷ்கரின் உருவம் பொறிக்கப்பட்டுள்ளது.

நாணயத்தின் ஒருபுறம் நீண்ட ஆடையை உடுத்தி, வட்டத் தலைப்பாகை ஒன்றை அணிந்து, இடது கையில் ஈட்டியை ஏந்தி நின்ற வண்ணம் உள்ள கனிஷ்கரின் உருவத்தை அவரது நாணயங்களில் காணலாம். ஆனால் நாணயத்தின் மறுபுறத்தில் பல்வேறு தெய்வங்களின் உருவங்களைப் பொறித்து எம்மதமும் சம்மதம் என்ற கோட்பாட்டைப் பின்பற்றியவராக கனிஷ்கர் காணப்படுகிறார். இவரது ஆரம்பக்கால நாணயங்களில் கிரேக்க மொழி வாசகங்கள் காணப்படுகின்றன. அதில் ‘மன்னாதி மன்னர் கனிஷ்கர்’ என்ற பொறிப்பு காணப்படுகிறது.

இந்த நாணயங்களில் ஹீலியோஸ், சாலெனி, ஹெபாய்ஸ்டஸ் ஆகிய கிரேக்க தெய்வங்கள் காணப்படுகின்றன.

அடுத்ததாக இரானிய தெய்வங்களைக் கொண்ட நாணயங்களை கனிஷ்கர் வெளியிட்டிருக்கிறார். அர்டோக்ஷோ (அஷி வாங்குஹி), நானா (அரித்வி சுரா அனாஹிதா), மனாவ் பாகோ (வோஹு மானா), ஓடோ (வாதா, வாயு), மித்ரோ (மித்ரன் - சூரியன்), மாவோ

(சந்திரன்) ஆகிய இரானிய தெய்வங்களை கனிஷ்கர் தன்னுடைய நாணயங்களில் அச்சிட்டிருக்கிறார். தவிர ஓஷோ என்ற பெயருடைய சிவபெருமானின் உருவம் பொறித்த நாணயங்களையும், புத்தோ, சாக்கிய முனி ஆகிய பெயருள்ள புத்தரின் உருவம் பொறித்த நாணயங்களையும் கனிஷ்கர் வெளியிட்டிருக்கிறார்.

கனிஷ்கரின் தங்க நாணயம். ஒருபுறத்தில் தோள்களிலிருந்து தீப்பிழம்புகள் கிளம்பும் தோற்றத்தில் கனிஷ்கர் காட்சியளிக்கிறார். அவரது இடது கையில் தண்டம் இருக்கிறது. மறுபுறத்தில் புத்தர் நின்ற நிலையில் அபய முத்திரையோடு காட்சியளிக்கிறார்.

போதிசத்வ மைத்ரேயரின் உருவம் பொறித்த கனிஷ்கரின் செப்பு நாணயம்.

இதைத்தவிர கனிஷ்கர் என்ற பெயரில் இன்னும் சில நாணயங்கள் கிடைத்திருக்கின்றன. ஆனால் அவை மேற்கூறப்பட்டவைகளிலிருந்து மாறுபட்ட வகையில் உள்ளன. ஆதலால் இவை இன்னொரு கனிஷ்கரின் நாணயங்களாக இருக்கலாம் என்று கருதப்படுகிறது. இந்த வகை நாணயங்களில் சிவபெருமான் காளை வாகனத்தோடு காணப்படுகிறார். அதேபோல லக்ஷ்மிதேவியின் உருவம் பொறித்த நாணயங்களும் உண்டு.

கனிஷ்கரின் மகனான ஹுவிஷ்கர் தனது நாணயங்களில் பெரும்பாலும் மார்பளவு உருவத்தையே பொறித்துள்ளார். சில நாணயங்களில் இடதுபுறம் திரும்பியும் சில நாணயங்களில் வலதுபுறம் திரும்பியும் இவரது உருவம் உள்ளது. தினாரா என்று அழைக்கப்பட்ட இன்னும் சில நாணயங்களில் யானைமேல் அமர்ந்த இவரது உருவம் காணப்படுகிறது.

நாணயத்தின் ஒருபுறம் யானைமீது அமர்ந்த ஹுவிஷ்கர். மறுபுறம் கிரேக்க தெய்வமான ஹெராக்ளிஸ்.

எகிப்து நாட்டோடு இவர் கொண்ட நெருங்கிய உறவின் காரணமாக, தனது நாணயங்களில் எகிப்திய செரப்பிஸ் தெய்வத்தை 'சரபோ' என்ற பெயரும் பொறித்து வெளியிட்டிருக்கிறார்.

தனது தந்தையைப் போலவே இரானிய தெய்வங்களின் உருவங்களோடும் பல நாணயங்களை இவர் வெளியிட்டிருக்கிறார். அர்டோக்ஷோ, மித்ரோ, மாவோ, நானா, அட்ஷோ, அஹுரா மாஸ்டா ஆகிய தெய்வங்களின் உருவங்கள் இவரது நாணயங்களில் உள்ளன.

ஹுவிஷ்கர் நாணயத்தின் ஒருபுறத்திலும் மறுபக்கம் அர்டோக்ஷோ தெய்வமும்.

ஹுவிஷ்கரின் அரசு மதுரா வரையில் விரிவடைந்திருந்ததால் பல இந்து தெய்வங்களின் உருவங்களும் இவரது நாணயங்களில் காணப்படுகின்றன. 'மாசேனா' (மஹாசேனன் என்ற எழுத்துப் பொறிப்புடைய கார்த்திகேயக் கடவுளின் நாணயங்களை அவர் முதன்முதலாக வெளியிட்டது குறிப்பிடத்தக்கது.

மாஸேனோ என்று பொறிக்கப்பட்ட ஹுவிஷ்கர் மற்றும் ஸ்கந்தரின் திருவுரும் பொறித்த நாணயம்.

யௌதேயர்களுடைய ஆட்சிப் பகுதிகளை குஷாணர்கள் ஆக்கிரமித்தபோது அவர்களைச் சமாதானப்படுத்துவதற்காக யௌதேயர்களின் குலதெய்வமான கார்த்திகேயக் கடவுளின் நாணயங்களை இவர் வெளியிட்டிருக்கக்கூடும் என்று ஆய்வாளர்கள் கருதுகின்றனர். மஹாசேனாவைத் தவிர முருகனின் மற்ற பெயர்களான ஸ்கந்தோ (ஸ்கந்தர்), குமாரோ (குமாரர்), பிசாகோ (விசாகன்), ஆகிய பெயர்களிலும் முருகனின் உருவம் பொறித்த நாணயங்களை ஹுவிஷ்கர் வெளியிட்டிருக்கிறார்.

ஹுவிஷ்கரின் ஸ்கந்த குமாரோ நாணயம்.

போலவே ஓஷோ என்ற சிவபெருமானின் உருவத்தையும் உமோ என்ற பெயரில் உமாதேவியின் உருவத்தையும் பொறித்த ஹுவிஷ்கரின் நாணயங்களும் கிடைத்திருக்கின்றன.

ஹுவிஷ்கரின் இந்த நாணயத்தில் ஒருபுறம் ஹுவிஷ்கரும் மறுபுறம் தாமரை மலரை ஏந்திய உமா தேவியோடு நான்கு கரங்கள் கொண்ட சிவபெருமான் காட்சியளிக்கிறார்.

ஹுவிஷ்கருக்குப் பிறகு வந்த முதலாம் வாசுதேவர், தினார் என்ற பெயரில் தங்க நாணயங்களையும் கால் தினார் என்ற நாணயங்களையும் வெளியிட்டார். இவருடைய எல்லா நாணயங்களிலும் ஓஷோ என்ற பெயரின் சிவபெருமானின் உருவத்தை ஒருபுறமும் திரிசூலம் ஏந்திய உருவத்தோடு தனது உருவத்தை மறுபுறமும் அச்சடித்து நாணயங்களை வெளியிட்டார்.

இவரது நாணயங்களில் சிவனின் உருவம் மட்டுமே காணப்படுவதை அடுத்து இவர் சைவ சமயத்தைப் பின்பற்றினார் என்று கூறுபவர்கள் உண்டு. முதலாம் வாசுதேவர் தனது நாணயங்களில் நந்திபாத முத்திரையை அறிமுகப்படுத்தினார்.

பசுவின் குளம்பைப் போல உள்ள இந்த முத்திரை வாசுதேவர் தொடங்கி பல மன்னர்களின் நாணயங்களில் காணப்படுகிறது. இவற்றைத் தவிர வாசுதேவர் என்ற பெயரில் பல வகை நாணயங்கள் வேறுபட்டுக் கிடைப்பதால், இவை அந்தப் பெயருடைய வேறு வேறு அரசர்களால் அச்சடிக்கப்பட்டவை என்று கூறப்படுவதும் உண்டு.

குஷாண வம்சத்தின் ஆட்சி முடிவடைந்த பின்னர், அப்போதிருந்த சிற்றரசர்கள் பலர் வடமேற்கு இந்தியாவை ஆட்சி செய்தனர். அவர்களும் தங்கள் பெயர்களில் நாணயங்களை வெளியிட்டிருக்கின்றனர். சாகா, கதாதரா, ஷலாதா போன்ற பெயர்களில் இந்த நாணயங்கள் கிடைக்கின்றன. இவை அரசர்களின் பெயர்களா அல்லது அவர்களின் வம்சங்களின் பெயர்களா என்பது தெரியவில்லை.

இந்தோ சசானியர்கள்

குஷாணர்களின் அரசு வீழ்ச்சியடைந்தபோது, பாரசீகத்திலிருந்து கிளம்பிய சசானியர்கள், பாக்ட்ரியாவையும் காந்தாரத்தையும் கைப்பற்றிக்கொண்டு அங்கே தங்களது ஆட்சியை நிறுவினார்கள். பொயு 230ம் ஆண்டு வாக்கில் இவர்களது அரசு இந்தியாவின் வடமேற்குப் பகுதியில் நிலைபெற்றது. இந்த வம்சத்தின் அரசர்கள் அனைவரும் குஷாண்ஷா என்ற சிறப்புப் பெயருடன் ஆட்சி செய்தனர். இவர்களது நாணயங்கள் பால்க், காபூல், ஹீரட் ஆகிய இடங்களில் அச்சடிக்கப்பட்டதென்று தெரிகிறது. அவர்களது நாணயங்களில் பஹ்லவி, பிராமி, பாக்ட்ரியன் ஆகிய மொழிகளைப் பார்க்க முடிகிறது.

இந்தோ சசானியர்களின் வம்சத்தில் முதலாவதாக ஆட்சிக்கு வந்தவர் அர்டாஷிர். இவர் மூன்று விதமான நாணயங்களை வெளியிட்டிருக்கிறார். முதலாம் வகை நாணயங்களில் ஒருபுறம் அர்டாஷிரின் உருவமும் மறுபுறம் அவரது தந்தையின் உருவமும் பொறிக்கப்பட்டிருக்கிறது. நாணயத்தில் 'அர்டாஷிர் ஷா' என்ற பெயர் எழுதப்பட்டிருக்கிறது.

இரண்டாவது வகை நாணயங்களில் ஒருபுறம் கிரீடம் அணிந்த அர்டாஷிரின் உருவமும் மறுபுறம் அவர்களது நெருப்புக் கோவிலில் உள்ள நெருப்பு எரியும் பீடமும் சித்தரிக்கப்பட்டிருக்கிறது. இந்த நாணயம் தொடங்கி இந்தோ சசானியர்களின் நாணயங்களில் பெரும்பாலும்

இந்த நெருப்புப் பீடம் காணப்படுகிறது. இது பாரசீகத்தில் உள்ள ஒரு கோவிலில் உள்ளதாகவும் ஒவ்வொரு முறை ஒரு புது அரசர் பதவியேற்கும்போது இது மீண்டும் எரியூட்டப்படுவதாகவும் தெரிகிறது.

மூன்றாவது வகை நாணயங்களில் அர்டாஷிரும் அவரது மகனான ஷாபுரும் உள்ளனர். மறுபுறம் நெருப்புப் பீடம் காணப்படுகிறது.

அர்டாஷிருக்குப் பின்னால் ஆட்சியில் அமர்ந்த ஷாபுரும் தங்க தினார் நாணயங்களை வெளியிட்டார். இவரும் இவருக்குப் பின்னால் ஆட்சி செய்த இரண்டாம் அர்டாஷிர், முதலாம் ஹார்மிட் ஆகிய அரசர்களும் முதலாம் அர்டாஷிர் வெளியிட்ட நாணயங்களைப் பின்பற்றியே தங்களுடைய நாணயங்களையும் வெளியிட்டனர். பொதுவாக நெருப்புப் பீடமே இவர்களது நாணயங்களின் மறுபுறத்தில் காணப்பட்டாலும் சிலவற்றில் சிவபெருமான் காளையோடு காட்சியளிக்கும் உருவமும் பொறிக்கப்பட்டிருக்கிறது.

4

சங்க கால நாணயங்கள்

வட பாரதத்தில் மஹாஜனபதங்களும் அதற்குப்பின் மௌரியப் பேரரசும் கோலோச்சிக் கொண்டிருந்த காலத்தில் தமிழகத்தில் சங்ககால அரசுகள் ஆட்சி செய்துகொண்டிருந்தன. தமிழ் இலக்கியங்களைப் பொறுத்தவரை மூன்று சங்கங்கள் இருந்தன. முதல் சங்கம் தற்போது கடல் கொண்ட தென்மதுரை என்ற இடத்தில் இருந்தது. அதன்பின் இரண்டாம் சங்கமான இடைச்சங்கம், கபாடபுரம் என்ற இடத்தில் இருந்தது. அதையும் கடல் கொள்ளவே மூன்றாவது சங்கம் தற்போதைய மதுரையில் அமைந்தது என்று ‘இறையனார் அகப்பொருள் உரை’ போன்ற நூல்கள் தெரிவிக்கின்றன. ஆனால் இதைப் பற்றிய விவாதங்களுக்கும் குறைவில்லை. மூன்று சங்கங்களையும் மறுப்போர் உண்டு. கடைச்சங்கம் மட்டுமே இருந்தது என்று சொல்வோரும் உண்டு.

இந்த விவாதங்களை ஒருபுறம் ஒதுக்கிவிட்டுப் பார்த்தால், பொயுமு 4ம் நூற்றாண்டிலிருந்து மூன்றாம் சங்ககாலம் தொடங்குகிறது என்று உறுதிப்படக் கூறலாம். சங்க இலக்கியங்களான எட்டுத்தொகையும் பத்துப்பாட்டும் அதில் தொகுக்கப்பட்ட நூல்களும் சங்க கால அரசுகளைப் பற்றியும் சமுதாயத்தைப் பற்றியும் விரிவான ஒரு சித்திரத்தை அளிக்கின்றன. சேர, சோழ, பாண்டிய மன்னர்களான மூவேந்தர்களும், வேளிர் எனப்படும் சிற்றரசர்களும் ஆட்சி செய்த அக்காலகட்டதிலேயே தமிழகத்தின் பொருளாதாரம் செழித்திருந்தது என்பதையும் கிரேக்கம், ரோம்

போன்ற நாடுகளுடனான வர்த்தகம் சிறப்பாக இருந்தது என்பதையும் சங்க இலக்கியப் பாடல்களிலிருந்து அறிய முடிகிறது.

இக்காலத்தில் வஞ்சியைத் தலைநகராகக் கொண்டு சேரமன்னர்கள் ஆட்சி செய்திருக்கிறார்கள். இமயவரம்பன் பெருஞ்சேரலாதன், பல்யானை செல்கெழு குட்டுவன், சேரன் செங்குட்டுவன், களங்காய்க் கண்ணி நார்முடிச்சேரல், மாந்தச்சேரல் இரும்பொறை, செல்வக்கடுங்கோன் வாழியாதன் போன்ற பல சிறப்பு மிக்க மன்னர்கள் இந்தப் பரம்பரையில் ஆட்சி செய்தார்கள்.

சோழர்களில் செருப்பாழி எறிந்த இளஞ்சேட்சென்னி, உருவப் பல்தேர் இளஞ்சேட்சென்னி, கரிகாலச் சோழன், கிள்ளி வளவன், நலங்கிள்ளி, நெடுங்கிள்ளி, நெடுமுடிக்கிள்ளி, ராஜசூயம் வேட்ட பெருநற்கிள்ளி என்ற புகழ் பெற்ற மன்னர்கள் ஆண்டனர். சங்ககாலச் சோழர்களின் தலைநகரமாக உறையூர் இருந்தது. அவர்களது துறைமுகமாக பூம்புகார் இருந்தது. அவர்களில் சிறந்த மன்னனான கரிகாலச் சோழன் இமயம்வரை சென்று புலிச் சின்னத்தைப் பொறித்ததாகவும் காவிரிக்கு இருபுறமும் கரை எழுப்பியதாகவும் தமிழ் இலக்கியங்கள் கூறுகின்றன.

பாண்டியர்களைப் பொறுத்தவரை மதுரையைத் தலைநகராக அமைத்த முடத்திருமாறனில் இருந்து, ஆரியப் படை கடந்த நெடுஞ்செழியன், பூதப்பாண்டியன், தலையாலங்கானத்துச் செருவென்ற நெடுஞ்செழியன், பொற்கைப் பாண்டியன், வெற்றிவேல் செழியன், கானப்பேர் கடந்த உக்கிரப் பெருவழுதி போன்ற மன்னர்கள் வரை பலர் ஆட்சி செய்திருக்கிறார்கள். பாண்டியர்களின் துறைமுக நகரமாக கொற்கை இருந்தது. அவர்களில் பல்யாக சாலை முதுகுடுமிப் பெருவழுதி என்ற மிகப் புகழ் பெற்ற மன்னன் ஆட்சி செய்திருக்கிறான். அவன் பல யாகங்களைச் செய்ததாகவும் பல மன்னர்களை வென்றதாகவும் சங்க கால இலக்கியங்களில் குறிப்புகள் உண்டு.

சங்க கால மன்னர்களான மூவேந்தர்களும் நாணயங்களை அச்சிட்டு வெளியிட்டிருக்கின்றனர். அக்காசுகள் ஆரம்ப காலத்தில் வேப்பம் பழம் போல உருண்டையாக இருந்தன என்பது பல சங்கப் பாடல்களால் தெரியவருகிறது.

'வளைவாய்க் கொண்ட வேப்ப ஒண்பழம்
புதுநாண் நுழைப்பான் நுதிமாண் வள்ளுகிர்ப்
பொலங்கல ஒருகாசு'

(குறுந்தொகை - 67)

இந்தப் பாடலில் வேப்பம்பழம், பொற்கொல்லன் பொன்னாலான கம்பியை உள்ளே செலுத்தும் காசுபோல உள்ளது என்கிறது. அந்தக் காசுகள் குமிழம் பழம் போல இருந்தன என்பதை நற்றிணையின் 247ம் பாடல் சொல்கிறது

'உழை படு மான் பிணை தீண்டலின், இழை மகள்
பொன் செய் காசின், ஒண் பழம் தாஅம் குமிழ்'

(நற்றிணை – 247)

மேற்குறிப்பிட்ட பாடல்களிலிருந்து தொடக்க காலக் காசுகள் உருண்டையாக வேப்பம் பழம் போலவோ அல்லது குமிழம் பழம் போலவோ இருந்தன என்பது தெரிகிறது. பின்னாளில் அச்சிடப்பட்ட சங்க காலக் காசுகளைப் பொதுவாக

1. சதுர வடிவமான செப்புக் காசுகள்
2. பாண்டியர் பெருவழுதிக் காசுகள்
3. சேரன் மாக்கோதைக் காசுகள்
4. சேரன் குட்டுவன் கோதைக் காசுகள்
5. சேரர் பொறையர் காசுகள்

என்று வகைப்படுத்தலாம். மூவேந்தர்களும் முதலில் சதுரவடிவமான செப்புக் காசுகளையே வெளியிட்டிருக்கின்றனர். அவற்றில் முன்புறம் யானையும் பின்புறம் புலியும் உள்ள காசுகள் சோழர்களுடையது. முன்புறம் யானையும் பின்புறம் பனை மரங்களும் உள்ள காசுகள் சேரர் காசுகளாகும். போலவே முன்புறம் யானையும் பின்புறம் மீன் சின்னமும் பொறித்தவை பாண்டியர் காசுகள் ஆகும்.

சங்க காலப் பாண்டியர் காசு

புலியின் உருவம் பொறித்த சோழர் காசு

பொதுவாகக் காணப்படும் யானை மங்கலச் சின்னமாக இருப்பதால், அது எல்லாக் காசுகளிலும் காணப்படுகிறது. தவிர மற்ற மங்கலச் சின்னங்களான ஸ்வஸ்திக், குடம், மத்தளம் ஆகியவையும் சில நாணயங்களில் காணப்படுகின்றன. இன்னும் சில காசுகளில் வேலியுள் மரமும் குன்றுகளும் அவற்றின் அருகில் யானையும் உள்ளன. சில காசுகளில் புலியின் உருவம் காலைத் தூக்கியவாறு காணப்படுகிறது. கரூரில் கிடைத்த சில செப்புக்காசுகளில் ஒருபுறம் முன்கால்களைத் தூக்கி வாலை உயர்த்தி நிற்கும் புலியும் மறுபுறம் ரதத்தின் அருகே நிற்கும் யானையும் காணப்படுகின்றன. இந்தக் காசுகளில் சில, குறிப்பிட்ட மன்னர்களோடு அடையாளப் படுத்தப்படுகின்றன.

சேரன் மாக்கோதைக் காசுகள்

'கோட்டம்பலத்துத் துஞ்சிய மாக்கோதை' என்று இலக்கியங்களில் குறிப்பிடப்படும் சங்க காலச் சேரமன்னன் வெளியிட்ட நாணயங்கள் மாக்கோதைக் காசுகள் என்று அழைக்கப்படுகின்றன. வெள்ளியாலான இந்த வகைக் காசுகள் கரூரில் கிடைத்தன. பதினொரு வகையான காசுகளை நாணயவியலாளர் கிருஷ்ணமூர்த்தி கண்டறிந்திருக்கிறார். அவர் இந்த வகைக் காசுகளைப் பற்றிக் கூறுகையில் இவற்றின் காலம் பொயுமு முதல் நூற்றாண்டைச் சேர்ந்தவை என்று கணிக்கிறார். ஐராவதம் மகாதேவன் இந்தக் காசுகள் பொயு 3ம் நூற்றாண்டு என்று கூறுகிறார்.

இந்த நாணயங்களில் அரசரின் தலை மட்டும் பொறிக்கப்பட்டிருக்கிறது. ஆனால் உருவம் மாறிக்கொண்டே இருப்பதைக் காணலாம். இதை வைத்து அது வேறு வேறு

மன்னர்கள் என்று சொல்பவர்கள் உண்டு. இல்லை, ஒரே மன்னர் தன்னுடைய பல்வேறு ஆட்சிக்காலங்களில் வெளியிட்ட காசுகள் என்று சொல்வோரும் உண்டு. பொதுவாக இவை அனைத்தும் மாக்கோதை என்ற மன்னரால் வெளியிடப்பட்டதாகவே கருதப்படுவதால், ஒரே மன்னரால் அச்சிடப்பட்ட நாணயங்கள் என்றே கொள்ளலாம். மன்னரின் உருவம் வழுக்கைத் தலையோடு காணப்படுவதால் கிரேக்க நாணயங்களைப் பின்பற்றி இந்த நாணயங்கள் அச்சிடப்பட்டன என்று கூறப்படுகிறது. நாணயத்தில் மாக்கோதை என்ற எழுத்துப் பொறிப்பு பிராமி எழுத்தில் காணப்படுகிறது. இந்த வகை நாணயங்கள் *1 - 2*கி எடை கொண்டதாகும்.

சேரன் குட்டுவன் கோதைக் காசுகள்

சேரர்களில் ஒரு வம்சத்தினர் குட்ட நாட்டைத் தலைமையாகக் கொண்டு ஆட்சி செய்தனர். அவர்கள் குட்டுவன் மரபினர் என்று கருதப்படுபவர்கள். சேர மரபில் புகழ்பெற்ற சேரன் செங்குட்டுவன் இந்த மரபைச் சேர்ந்தவன். குட்டுவன் கோதை என்ற மன்னனும் இந்த மரபிலிருந்து ஆட்சி செய்திருக்கிறான். 'கோனாட்டு எறிச்சலூர் மாடலன் மதுரைக் குமரனார்' என்ற புலவர் அந்த அரசனைப் பற்றிப் பாடியிருக்கிறார். அதை வைத்து, இந்த மன்னனால் வெளியிடப்பட்ட நாணயங்கள் இவை என்று கூறப்படுகிறது. சில ஆய்வாளர்கள் இந்த நாணயங்கள் சேரன் செங்குட்டுவனால் வெளியிடப்பட்டவை என்று கூறுகிறார்கள்.

இந்த நாணயங்களும் வட்ட வடிவமானவை, வெள்ளியால் ஆனவை. சுமார் 2கி எடையுள்ளவை. நாணயங்களில் மன்னனின் தலை மட்டும் காணப்படுகிறது. குட்டுவன் கோதை என்ற எழுத்துப் பொறிப்பு பிராமி எழுத்துருவில் காணப்படுகிறது.

சேரர் பொறையர் காசுகள்

மலைநாட்டில் வஞ்சிமாநாகரைத் தலைநகராகக் கொண்டு குட்டுவன் பரம்பரை ஆட்சி செய்ததற்குப் பிறகு பொறையர் பரம்பரை கரூரைத் தலைநகராகக் கொண்டு ஆட்சி செய்தனர். புகளூர் கல்வெட்டில் குறிப்பிடப்பட்டவர்கள் இந்த வம்சத்தைச் சேர்ந்தவர்களே. தமிழ் பிராமியில் வெட்டப்பட்ட இந்த பொயு 2ம் நூற்றாண்டுக் கல்வெட்டு. பதிற்றுப்பத்தில் பாடப்பட்டுள்ள மூன்று சேர மன்னர்களைப் பற்றிப் பேசுகிறது. பதிற்றுப்பத்து 7ம் பத்தில் வரும் ‘செல்வக்கடுங்கோன் வாழி ஆதன்’ (கோ ஆதன் செல்லிரும்பொறை), பெருஞ்சேரல் இரும்பொறை (பெருங்கடுங்கோன்), இளஞ்சேரல் இரும்பொறை (இளங்கடுங்கோன்) ஆகிய மூன்று சேர அரசர்களும் இக் கல்வெட்டில் குறிப்பிடப்பட்டுள்ளனர்.

இந்த செல்லிரும்பொறைதான் ‘கொல்லிப்புறை’ என்ற பெயரில் நாணயங்களை வெளியிட்டிருக்கிறான் என்பது சிலரின் கருத்து. இதே மரபில் வந்த இன்னொரு அரசன் தகடூர் எறிந்த கோப்பெருஞ்சேரல் இரும்பொறை. தகடூரை ஆட்சி செய்த அதியமானோடு போர் செய்த இந்த அரசன், கொல்லிமலை கூற்றத்தில், அதியமானோடு இருபெரு வேந்தரையும் சேர்த்து வென்றதாகப் பதிற்றுப்பத்து கூறுகிறது.

தகடூரை அழித்து வெற்றி கொண்டதால் 'தகடூர் எறிந்த' என்ற அடைமொழி கொண்டுள்ளான். கொல்லிமலையை வென்றதன் காரணமாக இந்த அரசன் 'கொல்லிரும்பொறை' என்று பெயர் பொறித்த நாணயத்தை வெளியிட்டிருக்கலாம் என்பது சில வரலாற்றாசிரியர்களின் கருத்து.

அவர்கள் வெளியிட்ட நாணயங்கள் செம்பாலானவை. கொல்லிப்புறை, கொல்லிரும்புறைய் ஆகிய இரண்டு வகை நாணயங்கள் கிடைத்திருக்கின்றன. இவை சுமார் 6கி எடையுள்ளவை. நாணயங்களில் ஒரு தோரண வாயில் காணப்படுகிறது. அதன் நடுவில் ஓர் அரசனின் உருவம் நின்ற கோலத்தில் உள்ளது. அரசனின் கையில் வாள் உள்ளது. நாணயத்தின் விளிம்பில் கொல்லிப்புறைய் என்ற எழுதப்பட்டிருக்கிறது. பின்புறம் சேரர்களின் சின்னமான வில் உள்ளது. இந்த நாணயங்களின் காலம் பொயு 2ம் நூற்றாண்டாக இருக்கலாம்.

பாண்டியர் பெருவழுதிக் காசுகள்

சங்ககாலத்தின் தொடக்கத்திலிருந்து ஆட்சி செய்தவர்கள் பாண்டியர்கள். முதலாவது தமிழ்ச்சங்கமான தென்மதுரையிலும் இரண்டாவது தமிழ்ச்சங்கமான கபாடபுரத்திலும் பாண்டியர்கள் ஆட்சி செய்ததாக 'இறையனார் களவியலுரை' தெரிவிக்கிறது. பாண்டியர்கள் கபாடபுரத்தில் ஆட்சி செய்ததைப் பற்றிய குறிப்புகள் வால்மீகியின் ராமாயணத்திலும் உள்ளன. 'வழுதி' என்ற குலப்பெயரும் பாண்டியர்களுக்கு உண்டு. இந்தப் பெயரைக் கொண்ட பல மன்னர்கள் அந்த மரபில் ஆட்சி செய்திருக்கின்றனர்.

அவர்களில் முதலானவனும் குறிப்பிடத்தக்கவனுமான பாண்டிய மன்னன், 'பல்யாகசாலை முதுகுடுமிப் பெருவழுதி' என்ற பெயர் கொண்டவன். இவனுடைய காலத்தைப் பற்றிப்

பல்வேறு கருத்துகள் உள்ளன. ஆனால் இவனைப் பற்றிய புலவர்களின் பாடல்களிலிருந்து, இடைச்சங்க காலத்தைச் சேர்ந்த மன்னன் இவன் என்று சொல்வதுண்டு. பல யாகங்களைச் செய்த சிறப்புப் பெற்றதால் பல்யாக சாலை முதுகுடுமி என்று அழைக்கப்பட்ட இந்த மன்னனைப் பற்றிய குறிப்புகள் சங்க இலக்கியங்களில் மட்டுமல்லாமல் பாண்டியர்களின் செப்பேடுகளிலும் கிடைக்கின்றன. 'கொல்யானை பலவோட்டிக் கூடாமன்னர் குழாம் தவிர்த்த பல்யாக சாலை முதுகுடுமிப் பெருவழுதி' என்று வேள்விக்குடிச் செப்பேடுகள் இவனை அழைக்கின்றன.

இவனைத்தவிர, கடலில் விழுந்து மாய்ந்ததால் 'கடலுள் மாய்ந்த இளம்பெருவழுதி' என்ற மன்னனும் வேங்கை மார்பன் என்ற அரசனை வென்று எவராலும் அழிக்கமுடியாத கானப்பேரேயில் கோட்டையை அழித்த பெருமை உடையவன் என்பதால் 'கானப்பேரேயில் கடந்த உக்கிரப் பெருவழுதி' என்று அழைக்கப்பட்ட அரசனும் இந்தப் பெயர்களைக் கொண்டிருக்கின்றனர். இவர்களுள் உக்கிரப் பெருவழுதி சிறந்த கவிஞனாகவும் திகழ்ந்திருக்கிறான். அவன் பாடிய பாடல்கள் சங்க இலக்கியங்களில் உண்டு. திருக்குறள் இவன் காலத்தில் அரங்கேற்றப்பட்டதாகக் கருதுவர். வெள்ளியம்பலத்துத் துஞ்சிய பெருவழுதி என்ற இன்னொரு பாண்டிய மன்னனும் சங்ககாலப் புலவர்களால் போற்றப்பட்டிருக்கிறான்.

பெருவழுதி என்ற பெயரில் இவர்களில் ஒருவரோ அல்லது பலரோ வெளியிட்ட நாணயங்களை நாணயவியலாளர் திரு இரா கிருஷ்ணமூர்த்தி தொகுத்திருக்கிறார். அவர் கூறிய குறிப்புகள் சிலவற்றை இங்கே காணலாம்.

நாணயங்களில் பழமையானவை செப்பு நாணயங்கள். 4 கிராம் எடை கொண்ட இந்த நாணயங்கள் சதுர வடிவானவை. இவற்றில் குதிரையின் உருவமும் அதற்கருகில் ஒரு தொட்டியும் காணப்படுகின்றன. தொட்டிகளில் இரண்டு ஆமைகள் உள்ளன. நாணயத்தில் தமிழ் பிராமி எழுத்துகளில் 'பெருவழுதி' என்று பொறிக்கப்பட்டுள்ளது. குதிரையின் முன்னங்கால்களில் triskle என்று ஆங்கிலத்தில் அழைக்கப்படும் சின்னம் காணப்படுகிறது. இரண்டாவது வகை நாணயம் ஆறு பக்கங்களைக் கொண்டது. இவற்றிலும் குதிரையும் தொட்டியும் தொட்டிக்குள் ஓர் ஆமையும் காணப்படுகின்றன. தமிழ் பிராமியில் பெருவழுதி என்று நாணயத்தில் எழுதப்பட்டுள்ளது. இந்த இரண்டு வகை

நாணயங்களின் பின்புறமும் பாண்டியர்களின் மீன் சின்னம் பொறிக்கப்பட்டுள்ளது.

இன்னொரு வகை நாணயத்தில் குதிரை நின்றுகொண்டிருக்கிறது. அதன்முன்பு ஒரு பருந்து இறக்கையை விரித்த நிலையில் உள்ளது. குதிரைத் தலைக்கு எதிராக 'யூபத்தூண்' ஒன்று உள்ளது. குதிரைத் தலையின் கீழ் ஆமை உள்ள தொட்டி ஒன்று காணப்படுகிறது. இந்தச் சின்னங்கள் எல்லாம் குறிப்பிடுவது என்ன என்பதை ஆராய்ந்தால், குதிரையும் பருந்து வடிவமும் யாகங்களைக் குறிக்கின்றன. பரிவேள்வி எனப்படும் அஸ்வமேத யாகத்தில் குதிரை பயன்படுத்தப்படுகிறது. யாக குண்டங்களைப் பருந்து வடிவில் அமைப்பது முறையாகும். அதுபோல யாகம் செய்யும்போது யூபத்தூணை நடுவதும் வழக்கமாகும். பல்யாகசாலை முதுகுடுமிப் பெருவழுதியைப் பற்றிப் பாடும் புலவர்

'நற்பனுவல், நால்வேதத்து
அருஞ் சீர்த்திப்பெருங்கண்ணுறை
நெய்ம்மலி ஆவுதி பொங்கப் பன்மாண்
வீயாச்சிறப்பின் வேள்வி முற்றி
யூப நட்ட வியன் களம் பல கொல்'

அதாவது 'நீ வென்ற போர்க்களங்கள் அதிகமா அல்லது யூபத்தூணை நாட்டி நீ செய்த வேள்விக்களங்கள் அதிகமா' என்று வியக்கிறார். அப்படிப் பல யாகங்களைச் செய்தவனான பல்யாக சாலை முதுகுடுமிப் பெருவழுதியின் நாணயங்களாகவே இவை இருக்கவேண்டும். இதில் எழுதப்பட்டுள்ள தமிழ் பிராமி எழுத்துகளில் எழுத்தமைவை வைத்து பொயுமு மூன்றாம் நூற்றாண்டு இந்த நாணயங்களின் காலமாக இருக்கலாம் என்று அறிஞர்கள் கருதுகின்றனர்.

பெருவழுதி என்ற பெயர் இல்லாமல் யாகங்களுக்கான குறியீடு கொண்ட பல பாண்டியர் நாணயங்கள் கிடைத்திருக்கின்றன. இவற்றில் ஒருபுறம் யாகக்குதிரை, யூபத்தூண், ஹோம குண்டம், வேலியிட்ட மரம், நந்திபாதம் ஆகிய சின்னங்களும் மறுபுறம் மீன் சின்னமும் பொறிக்கப்பட்டுள்ளன. நந்திபாதம் என்ற சின்னம் குஷாண மன்னர்களால் அவர்களுடைய நாணயங்களில் பொறிக்கப்பட்டவை என்பதை ஏற்கெனவே பார்த்தோம். ஆகவே தொடர்ந்து வட இந்தியாவிற்கும் தமிழகத்திற்கும்

இதுபோன்ற கலாசாரப் பரிமாற்றங்கள் நடந்துகொண்டே இருந்தன என்பதை நாணயங்களில் உள்ள ஒற்றுமை சுட்டிக்காட்டுகிறது.

இவற்றைத் தவிர பெருவழுதி என்ற பெயர் இடப்படாத, குதிரை, தொட்டி ஆமை நாணயங்களும் தொட்டி, ஆமை ஆகியவை மட்டுமே உள்ள நாணயங்களும் கிடைத்திருக்கின்றன. இவற்றில் ஆமைகளின் எண்ணிக்கை இரண்டு அல்லது நான்காக உள்ளது. சில வகை நாணயங்களில் வேலியிடப்பட்ட மரம் காணப்படுகிறது. இன்னும் சிலவற்றில் சிவலிங்கம் உள்ளது. மலை முகடுகள் சில நாணயங்களில் பொறிக்கப்பட்டுள்ளன.

சிலவற்றில் மூன்று மலை முகடுகளும் சிலவற்றில் ஆறு மலை முகடுகளும் உள்ளன. சதுர மேடையில் சிவலிங்கம் உள்ளது போன்ற பொறிப்புகளைக் கொண்ட நாணயங்களைப் போலவே சின்னங்களைக் கொண்ட நாணயங்கள் அமராவதியில் கிடைத்துள்ளன. அவற்றின் காலம் பொயுமு 430 முதல் 410 வரை என்று ாக ர் குப்தா குறிப்பிடுகிறார். ஆகவே தமிழகத்தில் கிடைத்துள்ள நாணயங்களும் அந்தக் காலகட்டத்தைச் சேர்ந்தவையாக இருக்க வாய்ப்பு அதிகம்.

இலங்கையிலுள்ள கந்தரோடை என்ற இடத்திலும் மேற்குறிப்பிட்ட சின்னங்களைக் கொண்ட நாணயங்கள் கிடைத்திருக்கின்றன. அந்த நாணயங்களையும் பெருவழுதி நாணயங்கள் என்றே வகைப்படுத்தியிருக்கின்றனர்.

அவற்றில் ஒரு வகை நாணயங்களில் வேலியிட்ட மரம், ஆமை, மூன்று முகடுள்ள மலை ஆகியவை உள்ளன. இன்னொரு வகை நாணயங்களில் ஒரு பக்கம் இரண்டு வரிசைகளில் சின்னங்கள் உள்ளன. மேல் வரிசையில் வேலியிட்ட மரம், மூன்று முகடுகள் ஆகியவற்றோடு ஐந்து தூண்களைக் கொண்ட கூரைக் கோவில் ஒன்றும் காணப்படுகிறது. கீழ் வரிசையில் கொடிக்கம்பம், யானை, மழுவோடு கூடிய திரிசூலம் ஆகியவை உள்ளன. இந்த வகை நாணயங்களின் பின்புறம் மீன் சின்னம் காணப்படுவதைக் கொண்டு இவை பாண்டியர்களின் நாணயங்கள் என்பது தெளிவாகிறது. இவற்றில் பொறிக்கப்பட்டுள்ள திரிசூலத்தைக் கொண்டு, நாணயங்களில் உள்ள கோவில் சிவன் கோவில் என்பதையும் அறிந்துகொள்ள முடிகிறது.

ஔதும்பரர் நாணயங்கள்

தற்போதைய பஞ்சாப் பகுதியை ஆட்சி செய்த ஔதும்பரர்களும் இதே போன்ற சின்னங்கள் பொறித்த நாணயங்களை வெளியிட்டிருக்கிறார்கள். அவர்களின் செப்பு நாணயங்களிலும் மூன்றடுக்குள்ள கூரைக் கோவிலின் வடிவமும் எதிரில் மழுவுடன் கூடிய திரிசூலமும் காணப்படுகின்றன. ஆகவே அந்த நாணயங்களில் இருப்பதும் சிவன் கோவில் என்றும் இந்த இரண்டு நாணயங்களுக்கும் அதிக ஒற்றுமை இருப்பதாக ஆய்வாளர்கள் கருதுகின்றனர். ஔதும்பரர்களின் நாணயங்கள் பொயுமு முதல் இரண்டாம் நூற்றாண்டுகளைச் சேர்ந்தவைகளாக இருப்பதால் கந்தரோடை நாணயங்களும் அதே காலத்தைச் சேர்ந்தவையாக இருக்கலாம்.

பெருவழுதி மன்னனின் தலை மட்டும் பொறிக்கப்பட்டுள்ள சில நாணயங்களும் கிடைத்துள்ளன. சதுர வடிவிலான செப்பு நாணயங்கள் அவை. அவற்றில் ஒரு வகை நாணயங்களின் மன்னரின் தலை வலப்பக்கம் பார்த்து உள்ளது. மூக்கு நீளமாகவும் தலைமுடி சுருட்டையாகவும் காணப்படுகின்றன. தலையைச் சுற்றி பாண்டியர்களின் குல தனமான முத்துப் பரல்கள் காணப்படுகின்றன. பின்புறம் தொட்டியும் ஆமைகளும் உள்ளன. நடுத்தர வயது முகம் பொறிக்கப்பட்ட நாணயங்களும் வயது முதிர்ந்த முகத்தைக் கொண்ட நாணயங்களும் இவ்வகையில்

கிடைத்திருக்கின்றன. வட இந்தியாவில் இந்தோ பாக்ட்ரிய அரசர்களும் குஷாணர்களும் கிரேக்கர்களும் வெளியிட்ட நாணயங்களைப் பின்பற்றி இந்த வகை நாணயங்கள் பாண்டியர்களால் வெளியிடப்பட்டிருக்கலாம்.

மலையமான் காசுகள்

திருக்கோவிலூர்ப் பகுதியைச் சங்க காலத்தில் மலையமான் வம்சத்தினர் ஆட்சிசெய்து வந்தனர். அவர்களும் நாணயங்களை வெளியிட்டிருக்கின்றனர். மலையமான்களின் நாணயங்களில் ஒருபுறம் குதிரையும் மறுபுறம் ஆற்றில் நீந்தும் மீன்களும் உள்ளன. சதுர வடிவமான இந்தக் காசுகள் தென்பெண்ணையாற்றிலிருந்து கண்டெடுக்கப்பட்டுள்ளன.

ரோமானியக் காசுகள்

சங்க காலத் தமிழகம், ரோம் நாட்டோடு நெருங்கிய வணிகத் தொடர்பு கொண்டிருந்ததன் சாட்சியாகப் பல்வேறு ரோமானிய நாணயங்கள் தமிழகத்தில் கிடைத்திருக்கின்றன. இதுவரை தங்கம், வெள்ளி, செம்பு ஆகிய உலோகங்களால் ஆனா ரோமானியக் காசுகள் தமிழகத்தில் கண்டறியப்பட்டுள்ளன. கேரளாவில் உள்ள இய்யல் என்ற இடத்தில் கிடைத்த ரோமானிய நாணயங்கள் 'ரிபப்ளிக்கன்' என்ற வகையைச் சேர்ந்தவை. பொயுமு இரண்டாம் நூற்றாண்டில் வெளியிடப்பட்டவை. தமிழகத்தில் கிடைத்த ரோமானியக் காசுகள் டைபீரியஸ், அகஸ்டஸ், க்ளாடியஸ், டொமிட்டன், டியோடிஷியஸ் போன்ற மன்னர்களின் காலத்தைச் சேர்ந்தவை ஆகும். திருக்கோவிலூருக்கு அருகே அகழாய்வு செய்தபோது அங்கே கிடைத்த நூறு தங்கக் காசுகள் பொயு முதல் இரண்டு நூற்றாண்டுகளில் ஆட்சி செய்த ரோமின் மன்னர்களின் காலத்தைவை என்று கண்டறியப்பட்டன.

இவற்றைத் தவிர கரூர் அமராவதி ஆற்றுப் படுகையில் கிரேக்க நாட்டு நாணயங்களும் போனிஷிய நாட்டு நாணயங்களும் கிடைத்திருப்பதாக நாணயவியலாளர் திரு இரா கிருஷ்ணமூர்த்தி குறிப்பிட்டிருக்கிறார்.

5

சாதவாகனர்களின் நாணயங்கள்

சாதவாகனர்கள், மௌரியப் பேரரசுக்குப் பிறகு தக்காணப் பகுதியை ஆட்சி செய்தவர்கள். ஆந்திர தேசத்தில் தோன்றியவர்கள் சாதவாகனர்கள் என்று புராணங்கள் சொல்கின்றன. பொயுமு இரண்டாம் நூற்றண்டிலிருந்து பொயு மூன்றாம் நூற்றாண்டு வரை சாதவாகனர்கள் ஆட்சி செய்தனர் என்பது ஆய்வாளர்களின் கருத்து. கிழக்கில் ஆந்திரத்தில் இருந்து மேற்கில் மகாராஷ்ட்ரா, குஜாரத்தின் பகுதிகள் வரை சாதவாகனர்களின் பேரரசு பரவியிருந்தது.

சாதவாகனர்களது தலைநகராக பிரதிஷ்டானபுரம் (தற்போதைய பைதன்) இருந்தது. சில காலம் ஆந்திராவின் அமராவதியும் அவர்களுடைய தலைநகராக இருந்தது என்பது அறிஞர்களின் கருத்து.

சாதவாகனர்களுடைய முதலாம் அரசராக சிமுகர் கருதப்படுகிறார். சிமுகருக்குப் பின் வந்த அரசர்களில் முதலாம் சதகர்ணி, அரசை விரிவடையச் செய்து, மாளவத்தையும் விதர்பத்தையும் வென்றார். அஸ்வமேத யாகத்தையும் ராஜசூய யாகத்தையும் செய்தவராக அவர் அறியப்படுகிறார். அவருக்குப் பின் வந்த இரண்டாம் சதகர்ணி மாளவ நாட்டை முழுவதுமாக வென்றெடுத்தார். சாஞ்சியின் புத்த ஸ்தூபிகளை இவர் அழகுபடுத்தினார்.

அடுத்து வந்த சில அரசர்களின் காலத்தில் சாதவாகனர்கள் தோல்விகளைச் சந்தித்தனர். அவர்களது அரசும் சுருங்கியது. பின்னர்

சாதவாகனர்களின் வம்சத்தில் வந்த மிகச்சிறந்த அரசராகக் கருதப்படும் கௌதமிபுத்திர சதகர்ணி, நாட்டின் மேற்கில் அரசாட்சி செய்துகொண்டிருந்த சாக அரசனான நாகபாணனை வென்றார். மகாராஜ, ராஜாதிராஜ என்ற பட்டங்களைச் சூட்டிக்கொண்டார். தமிழ் இலக்கியங்களில் காணப்படும் நூற்றுவன் கண்ணன், கௌதமிபுத்திர சதகர்ணியாகவே இருக்கவேண்டும் என்பது பல வரலாற்று ஆய்வாளர்களின் கருத்து. அவருக்குப் பின், அவரது மகனான வசிஷ்ட புத்திர ஸ்ரீபுலுமாவி ஆட்சிக்கு வந்தார். இவரது ஆட்சியில்தான் அதிக அளவு நாணயங்கள் வெளியிடப்பட்டன.

அவருக்குப் பின் வந்த அரசர்களில் சிறந்தவராகக் கருதப்படுபவர் ஸ்ரீயக்ஞ சதகர்ணி. இவரும் பலவிதமான நாணயங்களை வெளியிட்டிருக்கிறார். இவரது காலத்திற்குப் பிறகு சாதவாகன அரசு வலிமை இழந்து பல்வேறு சிறு அரசுகளாகச் சிதறுண்டது.

சாதவாகனர்கள் பெரும்பாலும் செம்பிலும் ஈயத்திலும் செய்யப்பட்ட நாணயங்களை வெளியிட்டனர். சில அபூர்வமான சமயங்களில் அவர்கள் வெள்ளி நாணயங்களை அச்சடித்திருக்கின்றனர், இதில் 'ராஷ்டிரிய நாணயங்கள்' என்று அறியப்படும் நாணயங்கள் முக்கியமானவை ஆகும். குறைந்தது ஆறு அரசர்களின் ஆட்சியில் இராஷ்டிரிய நாணயங்கள் வெளியிடப்பட்டுள்ளன.

இவர்களுடைய காசுகளில் பெரும்பாலும் ஒரு பக்கத்தில் யானையின் உருவமும் அரசனின் பெயரும் மற்றொரு பக்கத்தில் ஒரு குறியீடும் காணப்படும். சில நாணயங்களில் மன்னனது தலைப்பகுதி காணப்படும். பெயர் பெரும்பாலும் பிராகிருத மொழியிலும் தமிழ் மொழியிலும் உள்ளது. சிலர் இது தெலுங்கு மொழி என்று கூறுகின்றனர்.

சாதவாகனர்களின் நாணயங்களில் யானைக்கு அடுத்தபடியாகக் காணப்படுவது உஜ்ஜயினி சின்னம் என்று அழைக்கப்படும் சின்னமாகும். உஜ்ஜயினியில் அச்சடிக்கப்பட்ட நாணயங்களில் இந்தச் சின்னம் பொறிக்கப்பட்டதால் இதற்கு அந்தப் பெயர் வந்தது. சின்னத்தில் ஒரு கூட்டல் குறியும் அதிலுள்ள கோடுகளின் முனைகளில் சிறிய வட்டமும் இருக்கும். சாதவாகனர்களின் நாணயங்களின் பின்புறம் உஜ்ஜயினி சின்னம் பொறிக்கப்பட்டிருப்பதைக் காணலாம்.

சாதவாகனர்களின் காசுகள் சிலவும் அவற்றைச் செய்வதற்குப் பயன்படுத்தப்படும் வார்ப்புகளும் காஞ்சிபுரத்தில் கண்டெடுக்கப்பட்டுள்ளன. இவற்றில் மூன்று வார்ப்புகள் வசிஷ்டிபுத்திர புலுமாவி காலத்தையும் இரண்டு வசிஷ்டிபுத்திர சதகர்ணி காலத்தையும் சேர்ந்தவையாகும். வசிஷ்டிபுத்திர புலுமாவியின் வார்ப்புகள் சாம்பல் நிறமுடையவையாகவும் சிவப்பு நிறமுடையவையாகவும் உள்ளன. வார்ப்பில் யானையின் உருவம் காணப்படுகிறது. வசிஷ்டிபுத்திர சதகர்ணியின் காலத்து வார்ப்பிலும் யானையின் உருவம் உள்ளது.

இந்த வார்ப்புகளைக் கொண்டு தமிழகத்தின் வடபகுதியில் சாதவாகனர்களின் நாணயங்கள் புழக்கத்தில் இருந்திருக்கவேண்டும் என்று நாணயவியலாளர் திரு. கே.வி.ராமன் கருதுகிறார். சாதவாகனர்கள் தமிழகத்தோடு நெருங்கிய நட்புறவு கொண்டிருந்தார்கள் என்று சிலப்பதிகாரம் போன்ற தமிழ் இலக்கியங்கள் தெரிவிக்கின்றன. அதன் காரணமாக இந்தப் பகுதியோடு அவர்களின் வணிகத் தொடர்புகள் இருந்திருக்கக்கூடும். அதன் காரணமாக நாணயங்களும் இங்கே அச்சடிக்கப்பட்டிருக்கலாம்.

சாதவாகனர்கள் அச்சடித்த சில நாணயங்களைப் பார்ப்போம்.

சாதவாகனர்கள் வெளியிட்ட ஆரம்பக்காலச் செப்பு நாணயம் இது. சதகர்ணியின் ஆட்சிக்காலத்தில் வெளியிடப்பட்ட இந்த நாணயத்தில் ஸ்ரீசதகர்ணி என்று பிராமி எழுத்துருவில் பொறிக்கப்பட்டுள்ளது.

இரண்டாம் சதகர்ணியின் நாணயத்தில் முதன்முதலாக யானையின் சின்னம் நாணயத்தின் ஒருபுறம் காணப்படுகிறது. அருகில் சதகர்ணி என்று பிராமியில் எழுதப்பட்டுள்ளது. மறுபுறம் காணப்படும் முத்திரை 'உஜ்ஜயினி' முத்திரை என்று அழைக்கப்படுகிறது.

கௌதமிபுத்திர சதகர்ணி

கௌதமிபுத்திர சதகர்ணி வெளியிட்ட நாணயம் இது. ஒருபுறம் மலை முகடும் அதைச்சுற்றி 'ராணோ கௌதமிபுதஸ சதகணிஸ' என்று பிராமியில் எழுதப்பட்டுள்ளது. மறுபுறம் உஜ்ஜயினி முத்திரை உள்ளது.

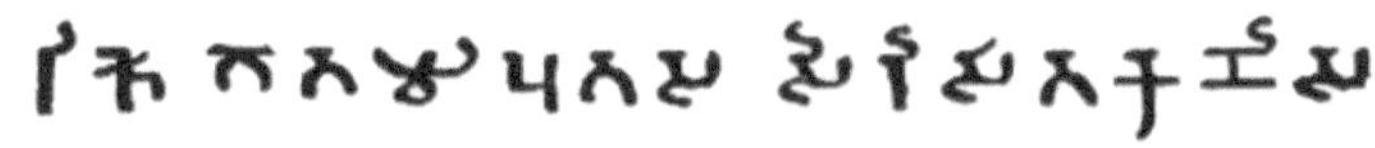

Rāño Gotamiputasa Siri-Sātakaṇisa

மேலே உள்ளது கௌதமிபுத்திர சதகர்ணியின் தலைப்பொறிப்பு உள்ள நாணயமாகும்.

கௌதமிபுத்திர சதகர்ணிக்கு அடுத்து ஆட்சிக்கு வந்த வசிஷ்டிபுத்திர புலுமாவி நான்கு வகை நாணயங்களை அச்சடித்துள்ளார்.

இதில் ஒருவகை நாணயங்களின் முன்புறம் அரசரின் தலையளவு உருவம் காணப்படுகிறது. அருகில் 'ராணோ வசிஷ்டி புடச ஸ்ரீபுலுமாவிசா' என்று பிராமியில் எழுதப்பட்டுள்ளது. மறுபுறம் உஜ்ஜயினி சின்னம், ஆறு, வளைந்த மலை, சூரியன் ஆகியவை உள்ளன. அருகில் 'அரசனகு வசிடி மகனக்கு திரு புலுமாவிகு' என்று

எழுதப்பட்டுள்ளது. இதை ‘அரஹனகு வாயிஷ்டி மக்கனக்கு திரு புலுமாவிகு’ என்றும் கூறுவோர் உண்டு. இந்த மொழிச் சர்ச்சையைப் பற்றி பின்னால் தெளிவாகக் காணலாம்.

இது வசிஷ்டி புத்திரர் அச்சடித்த இன்னொரு வகை நாணயம். ஒருபுறத்தில் மலை, ஆறு ஆகியவையும் மறுபுறத்தில் உஜ்ஜயினி சின்னமும் உள்ளது.

வசிஷ்டி புத்திர புலுவாமி வெளியிட்ட ஓர் ஈயத்தினாலான நாணயத்தில் கப்பல் ஒன்றின் உருவம் பொறிக்கப்பட்டிருக்கிறது. இது சாதவாகனர்கள் கடல் வணிகத்தில் ஈடுபட்டதைக் குறிப்பதாக உள்ளது.

வசிஷ்டிபுத்திர சதகர்ணி

வசிஷ்டிபுத்திர சதகர்ணி அச்சடித்த நாணயத்தில் ஒருபுறம் அரசரின் தலையளவு தோற்றம் உள்ளது. அருகில் 'ராணோ வசிஷ்டி புடச ஸ்ரீசதகனிசா' என்று எழுதப்பட்டிருக்கிறது. மறுபுறம் உஜ்ஜயினி சின்னம், ஆறு, மலை முகடு, சூரியன் ஆகியவை உள்ளன. அருகில் 'அரசனகு வசிடி மக்கனக்கு திரு சதகனிகு' என்று எழுதப்பட்டிருக்கிறது.

இவர் வெளியிட்ட இன்னொரு நாணயத்தில் அரசரது தலையளவு உருவம் மட்டுமே பொறிக்கப்பட்டிருக்கிறது. அருகில் 'ராணோ வசிஷ்டி புடச சிவ ஸ்ரீசதகனிசா' என்று எழுதப்பட்டிருக்கிறது.

வசிஷ்டிபுத்திர சிவ ஸ்ரீ புலுமாவி

வசிஷ்டிபுத்திர சிவ ஸ்ரீ புலுமாவி வெளியிட்ட ஒரு நாணயம் மட்டுமே கிடைத்துள்ளது. அது துளிகட்டா பகுதியில் மேற்கொள்ளப்பட்ட அகழாய்வில் கண்டுபிடிக்கப்பட்டது. இதன் ஒருபுறம் அரசருடைய தலையளவு உருவமும் அருகில் 'வசிஷ்டி புடச சிவ ஸ்ரீபுலுமாவி' என்றும் எழுதப்பட்டுள்ளது. மறுபுறம் உஜ்ஜயினி சின்னம், ஆறு, மலை முகடு, சூரியன் ஆகியவை உள்ளன. அருகில் அரசனக்கு 'வசிடி மலகனக்கு சிவ திரு புலுமாவிகு' என்று எழுதப்பட்டுள்ளது.

யக்ஞ ஸ்ரீசதகர்ணி

யக்ஞ சதகர்ணி வெளியிட்ட நாணயத்தின் முன்புறம் அரசரது மார்பளவு தோற்றம் காணப்படுகிறது. அருகில் ராணோ கவுதமிபுடச யஜ்ன சதகணிஸ என்று எழுதப்பட்டிருக்கிறது. மறுபுறம் உஜ்ஜயினி சின்னம், ஆறு, மலை முகடு, சூரியன் ஆகியவை உள்ளன. அருகில் 'அரசனக்கு கவுதமி புடகு சிரி யக்ஞ சதகனிகு' என்று எழுதப்பட்டிருக்கிறது.

வசிஷ்டி புத்திர விஜய சதகர்ணி

விஜய சதகர்ணி வெளியிட்ட நாணயத்தின் ஒருபுறம் அரசரின் வழக்கம்போல தலை அளவு உருவம் பொறிக்கப்பட்டுள்ளது. அருகில் இரு சந்திர வடிவங்கள் உள்ளன.'அருகில் ராணோ வசிஷ்டி புடச விஜய சதகணிஸ' என்று எழுதப்பட்டிருக்கிறது. பின்புறம் மேலே உள்ள நாணயங்களின் சின்னங்களும் அருகில் 'அரசனக்கு வசிடி புடகு திரு விஜயா சதகனிகு' என்று எழுதப்பட்டுள்ளது.

இந்த நாணயங்களை ஆராயும்போது பொதுவாக நாணயங்களின் ஒருபுறம் அரசர்களின் ஒருமுகம்

உள்ளதைக் காணமுடிகிறது, மறுபுறம் உஜ்ஜயினி சின்னம், ஆறு, மலைமுகடு, கீழே அலை அலையாகக் கோடுகள், சூரியன் மற்றும் சந்திரன் காணப்படுகின்றன. அரசரின் பெயர் இரு பக்கங்களிலும் காணப்படுகிறது. முன்புறம் பிராகிருதத்திலும் மறுபுறம் தமிழிலும் உள்ளன. இப்படி இரு மொழிகளில் உள்ள நாணயங்கள் ராஷ்ட்ரிய நாணயங்கள் எனப்படுகின்றன

இந்த நாணயங்களில் (சில சிறிய வேறுபாடுகள் தவிர) 'ராணோ' என்ற வார்த்தை அரசன் என்றும் 'புடா' என்பது மகன் (மக்கன்) என்றும் சிரி என்பது திரு என்றும் சதகணி என்பது சதகனி என்றும் காணப்படுகிறது, தமிழ்ச் சொற்களாகத்தான் இவை இருக்கும் என்பதை இந்த நேரடி மொழியாக்கங்களே காட்டுகின்றன.

ஆனால் கார்த்திகேயே சர்மா போன்ற ஆய்வாளர்கள் இது தமிழ் அல்ல தெலுங்கு மொழி என்று கூறுகின்றனர். இது தொடர்பாக தொல்லியலாளரும் வரலாற்று அறிஞருமான திரு நாகசாமிக்கும் திரு சர்மாவுக்கு இடையே ஒரு விவாதம் நடந்தது. அதில் வைக்கப்பட்ட கருத்துகள் பின்வருமாறு:

திரு சர்மாவின் வாதம்:

'நாணயங்களின் முன்புறத்தில் பிராகிருத எழுத்துகள் உள்ளன பின்புறத்தில் தெலுங்கில் எழுத்துகள் உள்ளன.'

இந்த வாதத்திற்குப் பதிலளித்த திரு நாகசாமியின் கருத்து:

திரு சர்மாவின் பழைய எழுத்துரு குறித்த பார்வைகள் அவரது வார்த்தையிலேயே சொல்லப்போனால் 'கிடைக்கும் தரவுகளைப் பற்றிய முழுமையான புரிதல் இல்லாமல் கூறப்பட்டவை.' அண்மையில் தமிழ்நாடு அரசு தொல்லியல் பிரிவு பல நூற்றுக்கணக்கான கல்வெட்டுகளைக் கண்டுபிடித்துள்ளது, அவை ஒரு தொடர்ச்சியான எழுத்து வரலாற்றை எடுத்துக் காட்டியுள்ளன. ஸ்ரீ சர்மா, தமிழ் பிராமிக் கல்வெட்டுகளில் காணப்படும் 'யா', 'சா' எழுத்துகளைப் பற்றியும் 'புள்ளி'யைப் பற்றியும் கூறிய ஒவ்வொரு கருத்தும் தவறானதாகும்.

ஒவ்வொரு எழுத்தையும் விவாதிக்குமுன், இந்திய எழுத்துகளைப் பற்றிக் கூறுவது அவசியம். இந்தியாவிலே ஒரே ஓர் எழுத்துரு இருந்தது, அதனை இப்போது நாம் 'பிராமி' என்று அழைக்கிறோம். பிராமி என்ற எழுத்துரு இந்தியா முழுவதிலும் இருந்தாலும், அந்த இடங்களின்

மொழிகளுக்கு ஏற்றவாறு மாறியது. 'லலிதவிஸ்தரா' என்ற பாடலில் பின்னர் 64 எழுத்துருக்கள் பற்றிக் கூறப்பட்டுள்ளது, இதில் 'த்ராவிடி' (தமிழி) மற்றும் 'தக்ஷிணா லிபி' (தென் எழுத்து) ஆகியவற்றின் பெயர்கள் உள்ளன. இவற்றில் தெலுங்கு எழுத்துரு பற்றி எந்தவொரு குறிப்பும் இல்லை. சாதவாகனர்கள் எந்தவொரு தெலுங்கு எழுத்தையும், கல்வெட்டுகளில் பயன்படுத்தவில்லை.

'இந்த நாணயங்களில் தெலுங்கு எழுத்து இருப்பது தெலுங்கு பகுதிக்கான மக்கள் பயன்படுத்துவதற்காக அல்ல, அப்பராந்தா, அகாரா, அவந்தி மற்றும் விதர்பா பகுதிகளில் இவை பயன்படுத்தப்பட்டது' என்கிறார் சர்மா. ஆனால் தெலுங்கு எழுத்துருவில் உள்ள நாணயங்கள் ஏன் தெலுங்கு மக்கள் வசிக்காத இடங்களில் பயன்படுத்துவதற்காக அச்சடிக்கப்பட்டன? அதுவும் எதிரிகளான சாகர்கள் ஆட்சி செய்கின்ற இடங்களில்? இந்தக் கேள்விக்கு பதில் இல்லை.

'நாகசாமியின் கூற்றுப்படிப் பார்த்தால் ஹைதராபாத் மற்றும் மகாராஷ்டிரா பகுதிகளைத் தமிழ்ப் பகுதி எனக் கருத வேண்டும்' என்கிறார் சர்மா. இது தவறானது. நான் இப்படி எங்கும் கூறவில்லை. சாதவாகனர்களின் நாணயங்களில் பின்புறத்தில் காணப்படும் 'மா' என்பது தமிழகம் மற்றும் இலங்கையில் காணப்படும் எழுத்து ஆகும். 'சா' குறித்துப் பின்வரும் கருத்து கூறப்பட்டுள்ளது: 'சா எழுத்தின் இடது வளையம் எப்போதும் மூடியிருக்கும், அது திறந்தவெளி இல்லை' என்று. இந்தக் கருத்து தவறானது. தமிழ்நாட்டில் உள்ள நூற்றுக்கணக்கான கல்வெட்டுகளில் இடது வளையம் இணைக்கப்படாமல் திறந்திருக்கும்.

புள்ளி பற்றிப் பார்த்தால், தெலுங்கில் கல்வெட்டுகளிலும் இலக்கணத்திலும் புள்ளியின் பயன்பாடு இல்லை. ஆனால் தமிழ் மொழியில் கல்வெட்டுகளிலும், இலக்கணத்திலும் காணப்படுகிறது. புள்ளி மெய் எழுத்துகளை உணர்த்துவதற்காக எழுத்தின் மேல் அல்லது அதன் பக்கத்தில் வைக்கப்படும். இது பல நூற்றுக்கணக்கான தமிழ் ஆவணங்களில் உள்ளது.

சர்மாவின் மற்றொரு கூற்று சாதவாகன பிராமி எழுத்து, அசோகரின் பிராமி போல, இக்ஷ்வாகு எழுத்துருவுடன் தொடர்புடையது. இந்தப் பாணி, தமிழ்நாட்டின் குகைகளில் காணப்படும் பிராமி எழுத்துடன் தொடர்புடையதல்ல என்பது. ஆனால் சாதவாகன நாணயங்களின் பின்புறம்

உள்ள எழுத்துகள் அது எழுதப்பட்ட விதத்திலும் பாணியிலும் தமிழ்நாட்டின் பண்டைய எழுத்துருவோடு தொடர்புடையதாக இருக்கிறது என்பது பல்வேறு உதாரணங்களால் விளக்கப்பட்டுள்ளது.

'சாதவாகனர்களின் ஆட்சிப் பகுதியில் பெருமளவு தமிழ் பேசும் மக்கள் இருந்தனர். அதன் காரணமாகவே அவர்களது நாணயங்கள் தமிழ் மொழியைக் கொண்டிருந்தன' என்று விவாதத்தை நிறைவு செய்கிறார் திரு. நாகசாமி.

தமிழகத்தில் கிடைத்திருக்கும் பெருமளவு சாதவாகன நாணயங்களும் வார்ப்புகளும் அவரது இந்தக் கருத்துக்கு வலுச்சேர்க்கிறது.

6

குப்தர்கள் வெளியிட்ட நாணயங்கள்

மௌரியப் பேரரசின் காலத்தை அடுத்து பல்வேறு சிறு அரசுகளால் பிரிந்த வட இந்தியாவை மீண்டும் ஒன்றிணைத்த பெருமை குப்தர்களின் அரசைச் சாரும். இந்த அரசு எங்கே தோன்றியது என்பது பற்றிப் பல்வேறு சர்ச்சைகள் நிலவினாலும், பொதுவாக ஆய்வாளர்களால் ஏற்றுக்கொள்ளப்பட்டது, குப்தர்களின் அரசு தோன்றியது கங்கைச் சமவெளியான மேற்கு உத்தரப் பிரதேசம், அதாவது அலகாபாத் பகுதி என்பது. குப்தர்களின் அரசு உருவான இடத்தைக் கண்டறிய உதவியது அவர்களின் ஆரம்பக்கால அரசர்கள் வெளியிட்ட நாணயங்களே என்பது இங்கே குறிப்பிடத்தக்கது.

குப்தர்களின் அரசைத் தோற்றுவித்தவர் ஸ்ரீகுப்தர். அவருக்குப் பின்னால் அவரது மகன் கடோத்கஜ குப்தர் ஆட்சிக்கு வந்தார். இவரும் அவர் தந்தையைப் போலவே சிறிய அரசை ஆட்சி செய்தார். அதை விரிவுபடுத்தும் ஆவலில் தன்னுடைய மகனான சந்திரகுப்தருக்கு லிச்சாவி அரசகுமாரியான குமாரதேவியை மணம் செய்துகொடுத்தார்.

லிச்சாவி வம்சத்தினர் அப்போது மகத நாட்டை ஆட்சி செய்துகொண்டிருந்தனர். அவர்களின் தலைநகராக பாடலிபுத்திரம் இருந்தது. இரு அரச வம்சங்கள் இணைந்த இந்த மண உறவு, ஒரு பேரரசு உருவாக அடிகோலியது. சந்திரகுப்தர் அரியணை ஏறியதும் இந்த இரண்டு அரசுகளும்

ஒன்றுசேர்ந்தன. சந்திரகுப்தர் பேரரசராக மாறினார். அதன்பின் உத்தரப்பிரதேசத்தின் அயோத்தியா உட்படப் பல பகுதிகளை வென்று அதனோடு இணைத்தார் முதலாம் சந்திரகுப்தர்.

அவருக்குப் பிறகு அவரது மகனும் குப்தவம்ச அரசர்களில் மிகச்சிறந்த அரசருமான சமுத்திரகுப்தர் ஆட்சிக்கு வந்தார். பெருவீரரான அவர் தனது வலிமையினால் பாரதம் முழுவதும் திக்விஜயம் செய்து பல்வேறு அரசுகளை வென்று குப்தர்களின் அரசுடன் இணைத்தார். ஆரியவர்த்தம் என்று அழைக்கப்பட்ட கங்கைச் சமவெளி அரசுகள் அனைத்தும் குப்தர்களுடன் சேர்ந்தது. தென்னிந்தியாமீது படையெடுத்து அந்தப் பகுதியில் ஆட்சி செய்துகொண்டிருந்த பல அரசர்களை வென்றார் சமுத்திரகுப்தர். தனது வெற்றிகளை அலகாபாத்தில் உள்ள தூணில் கல்வெட்டாகப் பொறித்து வைத்திருக்கிறார் அவர். பல்வேறு திசைகளிலும் தாம் ஈட்டிய வெற்றிகளைக் கொண்டாடும் விதத்தில் அஸ்வமேத யாகத்தைச் செய்தார் சமுத்திரகுப்தர்.

சமுத்திரகுப்தரை அடுத்து அவரது மகன் இரண்டாம் சந்திரகுப்தர் ஆட்சிபீடம் ஏறினார். புலிக்குப் பிறந்தது பூனையாகாது என்ற பழமொழிக்கேற்ப இவரும் குப்தர்கள் அரசை வலிமைப்படுத்தினார். இந்தியாவின் வடமேற்குப் பகுதி மீது படையெடுத்து அங்கிருந்த அரசர்களைத் தோற்கடித்தார். மேற்கு பாரதத்தில் ஆட்சி செய்து கொண்டிருந்த சாகர்களை வென்று ‘சாகாரி’ என்ற பெயர் பெற்றார். அவருக்குப் பின் குமாரகுப்தர் ஆட்சிக்கு வந்தார், ஓரளவு அமைதியான ஆட்சியை இவர் தந்தாலும் வாகாடகர்கள் மீதான தனது வெற்றியைக் குறிக்கும் வகையில் அஸ்வமேத யாகத்தைச் செய்தார் குமாரகுப்தர். அவரது ஆட்சிக்காலத்தின் இறுதியில் குப்தர்களின் அரசு பல சவால்களைச் சந்தித்தது. வடமேற்கில் இருந்து ‘ஹூணர்கள்’ என்ற நாடோடிக்கூட்டம் சாரி சாரியாகப் பாரதத்தில் புகுந்தது. அவர்களை குமாரகுப்தரின் மகனான ஸ்கந்தகுப்தர் தடுத்து நிறுத்தினார். அவரே குப்தர்களின் அடுத்த அரசராகப் பதவியேற்றார். ஆனால் அவருக்கு அடுத்து வந்த அரசர்களின் வலிமையின்மை காரணமாக குப்தர்களின் பேரரசு வீழ்ச்சியைச் சந்தித்தது. கிட்டத்தட்ட முந்நூறு ஆண்டுகள் பொற்கால ஆட்சியைத் தந்துவிட்டு குப்தர்களின் அரசு வரலாற்றிலிருந்து மறைந்தது.

முதலாம் சந்திரகுப்தர் தொடங்கி குப்தர்களின் அரசர்கள் பல நாணயங்களை வெளியிட்டிருக்கின்றனர்.

அதுவரை இந்திய நாணயங்களில் இருந்த இந்தோ - கிரேக்க அரசுகள், இந்தோ-பார்த்தியர்கள், குஷாணர்கள் ஆகியோரது தாக்கம் குப்தர்கள் வெளியிட்ட நாணயங்களில் குறைய ஆரம்பித்தது. சந்திரகுப்தர் வெளிநாட்டுப் பாணியில் நாணயங்களை வெளியிடும் முறையை மாற்றி இந்தியாவிற்கு என்று ஒரு புதிய பாணியை நாணயங்களில் கொண்டு வந்தார். அரசர்களின் உருவங்கள் நீண்ட உடைகளை கிரேக்க முறைப்படி அணியாமல் இந்திய உடைகளை அணிந்திருந்தன. கிரேக்க ஆயுதங்களுக்குப் பதிலாக வாள், வில், கோடாரி போன்ற இந்திய ஆயுதங்கள் இடம்பெறத் தொடங்கின. ஸீயஸ், அர்டோக்ஷோ போன்ற கிரேக்கக் கடவுளர்களுக்குப் பதிலாக துர்க்கையும் லக்ஷ்மியும் இடம்பெறத் தொடங்கினர்.

குப்தர்கள் செய்த இன்னொரு மாற்றம் அதுவரை நாணயங்களில் இருந்த பிராமி, கரோஷ்டி எழுத்துகளுக்குப் பதிலாக தாங்களே உருவாக்கிய குப்தர்கள் எழுத்துருவைப் பயன்படுத்தியதுதான். முதலாம் சந்திரகுப்தர் தொடங்கிப் பல மன்னர்களும் குப்தர்கள் எழுத்துருவை நாணயங்களில் பொறித்தனர்.

சந்திரகுப்தர் செய்த வேறொரு புதுமை அரசியான குமாரதேவியை தன்னுடைய நாணயங்களில் அவர் இடம்பெறச் செய்ததாகும். நாணயங்களில் பெண்ணுக்குச் சம உரிமை அளித்த முதல் மன்னராக சந்திரகுப்தரைச் சொல்லலாம்.

சந்திரகுப்தரின் நாணயங்கள்

சந்திரகுப்தர் வெளியிட்ட நாணயங்களில் ஒரு வகையில் நாணயத்தின் ஒருபுறம் சந்திரகுப்தரும் குமாரதேவியும் இணைந்து காணப்படுகின்றனர். சந்திரகுப்தரின் அருகே 'ச-ந்த்ர/கு-ப்த' என்று பொறிக்கப்பட்டிருக்கிறது. குமாரதேவியின் அருகே அவருடைய பெயர் எழுதப்பட்டிருக்கிறது. நாணயத்தின் மறுபுறம் சிங்கத்தின் மேல் வீற்றிருக்கும் ஓர் உருவமும் அதன் அருகே 'லி-ச்சா-வ-ய' என்றும் பொறிக்கப்பட்டிருக்கின்றன. இந்த எழுத்துகள் எல்லாம் குப்தர்களின் எழுத்துருவைச் சேர்ந்தவை.

மன்னரும் அரசியும் சேர்ந்து உள்ள சித்திரங்களிலும் சிற்பங்களிலும் அரசியின் உருவம் மன்னனின் உருவத்திற்கு இடப்பக்கம் இருப்பது மரபு. ஆனால் சந்திரகுப்தரின் நாணயங்களில் குமாரதேவி மன்னனின் வலப்பக்கத்தில் உள்ளார். இது திருமணம் செய்துகொள்ளும் நிலையைக் குறிக்கிறது என்று ஆய்வாளர்கள் கூறுகின்றனர். திருமணம் செய்துகொள்ளும்போது மனைவி கணவனின் வலப்பக்கம் இருப்பது மரபு. இதை வைத்துப் பார்க்கும்போது இந்த நாணயம் சந்திரகுப்தரின் திருமணத்தை ஒட்டி வெளியிடப்பட்டிருக்கலாம் என்று தெரிகிறது.

நாணயத்தின் பின்புறம் சிம்ம வாகனத்தில் அமர்ந்திருக்கும் துர்கை காட்சியளிக்கிறார். சிம்மவாஹினியாக துர்கையை வழிபடுவது அக்காலத்தில் பரவலாக இருந்த முறை. சிலர்

இது லக்ஷ்மி தேவியின் உருவம் என்று கூறுகின்றனர். ஆனால் லக்ஷ்மி தேவி பொதுவாக தாமரை மலர் மீதோ அல்லது தாமரை மலரைக் கையில் தாங்கியோ காணப்படுவார் என்ற காரணத்தால் இந்த தேவியை துர்கை என்றே கொள்ளலாம்.

சந்திரகுப்தரும் குமாரதேவியும் உள்ள இந்த நாணயங்கள் குப்த - லிச்சாவி இரு அரசுகளாலும் விநியோகிக்கப்பட்டன என்று சிலர் கருதுகிறார்கள். நாணயத்தின் மறுபுறம் உள்ள லிச்சாவி என்ற வார்த்தையை அதற்குச் சான்றாகக் காட்டுகின்றனர். ஆனால் லிச்சாவிகளின் ஆட்சிப் பகுதியான பீகாரில் இவ்வித நாணயங்கள் கிடைக்கப்பெறவில்லை. மாறாக உத்தரப்பிரதேசத்தில் இவ்வகை நாணயங்கள் கண்டெடுக்கப்பட்டிருக்கின்றன. ஆகவே இது குப்தர் நாணயம் மட்டுமே என்று தெரிந்துகொள்ளலாம்.

ஜான் ஆலன் போன்ற ஆய்வாளர்கள் இந்த நாணயங்களை சமுத்திரகுப்தர் வெளியிட்டதாகக் கூறுகின்றனர். ஆனால் அதற்கு ஆதாரங்கள் ஏதுமில்லை. முதலாம் சந்திரகுப்தரின் நாணயங்கள் மதுரா, அயோத்தி, சிதாப்பூர், வாரணாசி ஆகிய இடங்களில் கிடைக்கின்றன. ஆனால் சமுத்திரகுப்தரின் நாணயங்களோ பீகாரின் பல இடங்களிலும் கிடைத்துள்ளன. ஆகவே இது முதலாம் சந்திரகுப்தரால் வெளியிடப்பட்டிருக்கிறது என்பது தெளிவு.

சிலர் சந்திரகுப்தர் தனக்கென ஒரு பாணியை நாணயம் அச்சடிப்பதில் உருவாக்கிக் கொள்ளவில்லை என்றும் இந்தோ கிரேக்கர்கள், குஷாணர்கள் ஆகியோரைப் பின்பற்றியே சந்திரகுப்தர் தனது நாணயங்களை வெளியிட்டார் என்றும் கூறுகின்றனர். ஆனால், பிரயாகைப் பகுதியில் குப்தர்கள் ஆட்சி தோன்றுமுன்னரே அங்கிருந்து குஷாணர்கள் அகன்றுவிட்டனர். குஷாணர்களின் நாணயங்களை உருக்கி தங்களுக்கான நாணயங்களை குப்தர்கள் அச்சடித்துக் கொண்டிருக்கலாமே தவிர, அவர்களின் பாணியைப் பின்பற்றவில்லை

சமுத்திரகுப்தர்

சமுத்திரகுப்தர், குப்தர்களின் நாணயங்களில் ஒரு பெரும் தாக்கத்தை ஏற்படுத்தினார். கல்வெட்டுகளை அடுத்து சமுத்திரகுப்தரைப் பற்றிப் பல தகவல்களை அறியத் தருவது அவர் அச்சடித்து வெளியிட்ட நாணயங்களே ஆகும். இந்தியாவில் அதிகமான முறையில் நாணயங்களை வெளியிட்ட முதல் அரசர் சமுத்திர குப்தராகவே

இருக்கக்கூடும். பல்வேறு விதமான நாணயங்களை வெளியிட்ட சமுத்திரகுப்தர், நாணயங்களை முழுவதுமாக இந்திய மயமாக ஆக்கிய பெருமைக்கு உரியவர். அவரது நாணயங்களைப் பின்வருமாறு வகைப்படுத்தலாம்.

பொது வகை நாணயங்கள்

சமுத்திரகுப்தரின் ஆட்சியின் தொடக்க காலத்தில் வெளியிடப்பட்ட நாணயங்கள் பொது வகை என்று அழைக்கப்படுகின்றன.

இந்த வகை நாணயங்களின் ஒருபுறம் அரசர் யாககுண்டத்தின் முன்பு நின்ற நிலையில் உள்ளார். அரசருக்குப் பின் ஒளிவட்டம் காணப்படுகிறது. கால்சராயும் தலைக்கவசமும் அணிந்திருக்கும் அவருக்கு அருகில் குப்தர்களின் சின்னமான கருடக்கொடி காணப்படுகிறது. குப்த வம்சத்தின் அரசர்கள் பெரும்பாலும் வைணவ சமயத்தைப் பின்பற்றியவர்கள். தங்களை 'பரமபாகவதர்கள்' என்று அவர்கள் அழைத்துக்கொண்டனர். அதை ஒட்டியே சமுத்திரகுப்தரின் ஆரம்பக்கால நாணயங்களில் குப்தர்களின் குலதெய்வமான மகாவிஷ்ணுவின் வாகனம் உள்ளது. அருகில் சமுத்திரகுப்தரின் பெயர் மேலிருந்து கீழாக எழுதப்பட்டுள்ளது. நாணயத்தின் விளிம்பில் 'சமர ஸத விதத விஜயோ ஜித ரிபுராஜிதோ திவம் ஜயதி' அதாவது எதிரிகளின் வெல்லமுடியாத அரண்களைத் தகர்த்து, நூற்றுக்கணக்கான போர்களில் வெற்றியைப் பரப்பி, சொர்க்கத்தையும் வென்றவன் என்று பொறிக்கப்பட்டுள்ளது.

நாணயத்தின் மறுபுறம் லக்ஷ்மிதேவி சிம்மாசனத்தில் அமர்ந்திருக்கிறார். அவரது வலது கை நீண்டிருக்கிறது.

லக்ஷ்மிதேவியின் கால்கள் தாமரையின் மீது உள்ளன. 'பராக்ரமா' என்று அருகில் எழுதப்பட்டிருக்கிறது. தேவியின் இடது கையில் கிரேக்கக் கடவுளான ஆட்டு உருவம் கொண்ட அமல்தியாவின் கொம்பு உள்ளது. சமுத்திரகுப்தர் அச்சடித்த நாணயங்களில் இதுபோன்ற மேற்கத்திய பாதிப்புகளைக் காணலாம். அந்த நாணயங்களை அச்சடித்தவர்களே சமுத்திரகுப்தரின் நாணயங்களையும் அச்சடித்ததால், இது போன்ற சிற்சில அம்சங்கள் இடம்பெற்றன. ஆனால் மேற்கத்திய நாணயங்களில் காணப்படும் அர்டாஷோவுக்கு பதில் இந்தியாவின் லக்ஷ்மி இடம்பெறுகிறார். இது போன்ற மாற்றங்கள் தொடர்ந்து நிகழ்ந்தன. வெளிநாட்டு அம்சங்கள் மறைந்து போவதையும் இந்தியக் குறியீடுகள் நாணயங்களில் இடம்பெறத் தொடங்கியதையும் நாம் அடுத்தடுத்துக் காணலாம்.

வில்வீரர் வகை

சமுத்திரகுப்தர் ஒரு சிறந்த வில் வீரர். அதைக் குறிக்கும் வகையில் இவ்வகை நாணயங்கள் வெளியிடப்பட்டன.

நாணயத்தின் ஒரு பக்கத்தில் இடது கையில் வில்லுடனும் வலது கையில் அம்புடனும் அரசர் காட்சியளிக்கிறார். இடது புறம் கருடன் உள்ளது. அந்தப் பக்கத்தில் 'அப்ரதிரத விஜித்ய க்ஷிதீம் சுசரிதைர் திவம் ஜயதி' அதாவது 'எதிர்த்து வரும் தேர்களால் வெல்ல முடியாதவர், உலகை வென்றபின் தமது நற்செயல்களால் சொர்க்கத்தையும் வென்றவர்' என்று பொறிக்கப்பட்டுள்ளது.

நாணயத்தின் மறுபக்கத்தில் லக்ஷ்மி தேவியின் உருவம் உள்ளது. அருகே 'அப்ரதிரத' என்று பொறிக்கப்பட்டுள்ளது.

இந்த வகை நாணயங்கள் புத்தகயா, பயனா ஆகிய இடங்களில் அதிகமாகக் கிடைத்துள்ளன.

கோடரி வகை

சமுத்திரகுப்தரின் போர்த்திறனைக் காட்டும் வகையில் இந்த வகை நாணயங்கள் வெளியிடப்பட்டன.

நாணயத்தின் ஒரு பக்கம் தலைக்கவசம் அணிந்த அரசர் அவரது இடக்கையில் கோடரி ஒன்றைத் தாங்கியிருக்கிறார். வலது கை அவரது இடுப்பில் உள்ளது. இடக்கையின் அருகில் 'சமுத்ர' என்று எழுதப்பட்டுள்ளது. சில வகை நாணயங்களில் 'கண்ணுக்குத் தெரியாத காலனின் ஆயுதமான கோடாரியைத் தாங்கியவர், வெல்லமுடியாத அரசர்களை வென்ற வெல்லமுடியாத அரசருக்கு வெற்றி' என்று எழுதப்பட்டுள்ளது. அவரது இடப்பக்கத்தில் ஒரு குள்ள உருவம் உள்ளது. இதுபோன்ற உருவக் குறைபாடு உள்ளவர்கள் அரசரின் தனிப்பட்ட உதவியாளர்களாக அக்காலத்தில் இருந்தனர்.

மறுபுறம், லக்ஷ்மி சிம்மாசனத்தில் அமர்ந்திருக்கிறார். அவரது கரத்தில் தாமரை மலர் உள்ளது.

புலி வகை

அக்கால அரசர்களைப் போலவே சமுத்திரகுப்தர் வேட்டையில் மிகுந்த ஆர்வம் உள்ளவர். அவரது வேட்டைத் திறனை அறிவிக்கும் விதத்தில் இந்த வகை நாணயங்கள் வெளியிடப்பட்டன.

நாணயத்தின் ஒருபுறம் அரையாடை அணிந்து அரசர் உள்ளார். அவரது முன்புறம் காணப்படும் புலியின் மீது அவர் அம்பு எய்கிறார். அதன் காரணமாக புலி பின்னால்

சாய்கிறது. ‘வ்யாக்ரஹபராக்ரமா’ என்று அந்தப் பக்கத்தில் எழுதப்பட்டுள்ளது. நாணயத்தின் மறுபுறம் கங்கை அம்மன் அவருடைய வாகனமான மகரத்தில் (முதலை) நிற்கிறார். அவரது இடக்கையில் தாமரையும் வலக்கையின் அருகில் சந்திர வடிவமான ஆயுதம் ஒன்றும் உள்ளது. தேவியின் இடப்புறத்தில் ‘ராஜா சமுத்ரகுப்தஹ’ என்று எழுதப்பட்டுள்ளது.

வீணை வகை

வீரராக மட்டும் அல்லாமல் இசைவாணராகவும் இருந்தவர் சமுத்திரகுப்தர். அவரது வீணை வாசிக்கும் திறனை இந்த வகை நாணயங்கள் அறிவிக்கின்றன.

நாணயத்தின் ஒருபுறம் பத்மாசனமிட்டு அமர்ந்திருக்கும் அரசர் வீணையை வாசிக்கும் தோற்றம் காணப்படுகிறது. அவர் அமர்ந்திருக்கும் ஆசனத்தின் கீழ் ‘ஸி’ என்று எழுதப்பட்டுள்ளது. அது ‘ஸித்தம்’ என்பதன் குறியீடாக இருக்கக்கூடும். அரசரின் பெயர் ‘மகாராஜாதிராஜ ஸ்ரீ

சமுத்ரகுப்தஹ’ என்று எழுதப்பட்டிருக்கிறது. நாணயத்தின் மறுபுறம் சரஸ்வதி தேவியின் உருவம் உள்ளது. அருகில் அரசரின் பெயர் மேலிருந்து கீழாக எழுதப்பட்டுள்ளது.

அஸ்வமேத நாணயங்கள்

இந்தியாவை ஆண்ட அரசர்களும் பல ஆண்டுகளுக்குப் பிறகு அஸ்வமேத யாகத்தைச் செய்தவர் சமுத்திரகுப்தர். அந்தப் பெருமையைக் கொண்டாடும் விதத்தில் அஸ்வமேத யாக நாணயங்கள் வெளியிடப்பட்டன. இந்து சமய நூல்களில் குறிப்பிடப்பட்டுள்ள அஸ்வமேத யாகம் செய்வதற்கான தகுதிகள் அனைத்தையும் அடைந்த பிறகே இந்த யாகத்தைச் செய்திருக்கிறார் சமுத்திரகுப்தர். ஆகவே அதைக் குறிக்கும் வகையில் நாணயங்களை வெளியிட்டார். வேத முறைப்படி நடந்த அரசன் என்ற சமுத்திரகுப்தரின் பெருமிதத்தையும் இந்த வகை நாணயங்கள் குறிக்கின்றன.

அஸ்வமேத வகை நாணயத்தின் ஒருபுறம் யாகத்தூணின் எதிரில் ஒரு குதிரை நிற்கிறது. நாணயத்தின் விளிம்பைச் சுற்றி ‘ராஜாதிராஜ ப்ருத்வீம் அவித்வா திவம் ஜயத்யப்ரதிவார்யவீர்ய’ அதாவது வெல்லமுடியாத வலிமையைக் கொண்ட மன்னாதிமன்னர் இவ்வுலகை வென்றபின் சொர்க்கத்தையும் வெல்கிறார்’ என்று பொறிக்கப்பட்டுள்ளது. யாகம் செய்த புண்ணியத்தின் விளைவாக சொர்க்கத்தை வென்ற சமுத்திரகுப்தரின் செயலை இது குறிக்கிறது.

நாணயத்தின் மறுபுறம் அரசியின் உருவம் காணப்படுகிறது. பாரத மரபில் மனைவிக்கு யாகத்தில் உள்ள சிறப்பான இடத்தைக் குறிக்கவே அரசியின் உருவம் நாணயத்தில் பொறிக்கப்பட்டுள்ளது. ஆபரணங்கள் அணிந்திருக்கும் அரசி தனது வலப்புறத்தில் சாமரத்தைத் தாங்கியிருக்கிறார். இதில்

காணப்படும் அரசி சமுத்திரகுப்தரின் பட்டமகிஷியான தத்ததேவி ஆவார். இடதுபுறத்தில் 'அஸ்வமேத பராக்ரமா' என்று எழுதப்பட்டுள்ளது. நாணயங்களில் சமுத்திரகுப்தரின் பெயர் இல்லாவிட்டாலும், அவற்றின் எடையை வைத்தும் அஸ்வமேத பராக்ரமா என்று எழுதப்பட்டதை வைத்தும் இவை சமுத்திரகுப்தரின் நாணயங்களாக அடையாளம் காணப்படுகின்றன என்று ஆய்வாளர்கள் கருதுகின்றனர்.

நாணயத்தின் இருபுறத்திற்கும் ஒரு தொடர்பை ஏற்படுத்தி அவற்றை வெளியிட்டது சமுத்திரகுப்தர் நாணயங்களில் செய்த புதுமை ஆகும். அதற்கு முன்னால் பல்வேறு அரச வம்சங்கள் வெளியிட்ட நாணயங்களில் ஏதாவது ஒருபக்கம் எல்லா நாணயத்திலும் காணப்படும். உதாரணமாக சசானிய நாணயங்களில் நெருப்புப் பீடம், சாதவாகனர்களின் நாணயங்களில் உஜ்ஜயினியின் முத்திரை போன்று சில அம்சங்கள் மாறாது.

ஆனால் சமுத்திரகுப்தர் இரு பக்கத்திற்கும் ஒரு தொடர்பை ஏற்படுத்தி அவற்றை அச்சிட்டார். விஷ்ணுவின் வாகனமான கருடன் ஒருபுறம் இருந்தால் மறுபுறம் விஷ்ணுவின் தேவியான லக்ஷ்மி தேவியின் திருவுருவம் இருக்கும். வீணை வகை நாணயங்களில் கலைகளின் தெய்வமான சரஸ்வதி இருக்கிறார். காடுகளை வென்றதைக் குறிக்கும் புலிவகை நாணயங்களில் கங்கை காணப்படுகிறார். அஸ்வமேத யாக நாணயங்களில் ஒருபுறம் யாகக் குதிரையும் மறுபுறம் யாகத்திற்குத் துணை செய்யும் அரசியும் காணப்படுகிறார்கள். இப்படி ஒன்றுக்கொன்று தொடர்புடைய நாணயங்களை அச்சிட்டவர் சமுத்திரகுப்தர். சமுத்திரகுப்தர் வெளியிட்ட புலிவகையிலும் வீணைவகையிலும் நாணயங்கள் முற்றிலும் இந்திய மயமாகிவிட்டதைக் காணலாம். அவற்றில் உள்ள ஆபரணங்கள், ஆயுதங்கள் எல்லாம் இந்தியர்களுடையவை.

இரண்டாம் சந்திரகுப்தர்

தனது தந்தையான சமுத்திரகுப்தரைப் பின்பற்றி இரண்டாம் சந்திரகுப்தரும் நாணயங்களை வெளியிட்டாலும், பரந்து விரிந்திருந்த குப்தர்களின் அரசைக் கருதி அந்தந்தப் பகுதிக்கு ஏற்ப அவர் நாணயங்களை வெளியிட்டார். அதுவரை பெரும்பாலும் தங்க நாணயங்களே வெளியிடப்பட்ட நிலையில், பல்வேறு உலோகங்களால் ஆன நாணயங்கள் இரண்டாம் சந்திரகுப்தரால் வெளியிடப்பட்டன.

தங்க நாணயங்கள் - வில்வீரர் வகை

இரண்டாம் சந்திரகுப்தர் வெளியிட்ட நாணயங்களில் அதிகமாக அச்சடிக்கப்பட்டது வில்வீரர் வகை நாணயங்கள். தன் தந்தையைப் போலவே திறமைமிக்க வில்வீரராக இருந்த சந்திரகுப்தரின் திறமையைச் சுட்டிக்காட்ட இந்த வகை நாணயங்கள் வெளியிடப்பட்டன. இரண்டு வேறுபாடுகளுடன் கூடிய இவ்வகை நாணயங்கள் கிடைக்கின்றன.

முதல் பிரிவில், நாணயத்தின் ஒரு பகுதியில் அரசர் நின்றுகொண்டிருக்கிறார். அவரது இடது கரத்தில் வில்லும் வலது கரத்தில் அம்பும் உள்ளது. அருகில் கருடனின் உருவம் உள்ளது. அரசருடைய பெயர் 'தேவஸ்ரீ மகாராஜாதிராஜ ஸ்ரீசந்திரகுப்த' என்று மேலிருந்து கீழாக எழுதப்பட்டுள்ளது. மறுபக்கத்தில் லக்ஷ்மிதேவியின் திருவுருவம் காணப்படுகிறது. தேவி ஒரு அரியாசனத்தில் அமர்ந்திருக்கிறார். அவரது கால் தாமரைப் பூவில் வைக்கப்பட்டிருக்கிறது. நாணயத்தின் விளிம்பில் ஸ்ரீவிக்ரம என்று எழுதப்பட்டுள்ளது.

இன்னொரு பிரிவில் அரசர் அம்பை எடுப்பது போன்ற தோற்றம் உள்ளது. மறுபுறத்தில் லக்ஷ்மிதேவி தாமரை மலரில் அமர்ந்திருக்கிறார். தாமரைப் பூவை கையிலும் வைத்திருக்கிறார். இதுதவிர, இவ்வகை நாணயங்களில் மேலும் சில வேறுபாடுகள் காணப்படுகின்றன. அரசரின் உருவத்திற்கு மேல் பிறை உள்ள நாணயங்களும், சுதர்சன சக்கரம் உள்ள நாணயங்களும் கிடைத்துள்ளன. பரமபாகவதர் என்று தம்மைக் கல்வெட்டுகளில் பொறித்துக்கொண்ட இரண்டாம் சந்திரகுப்தர் வெளியிட்ட இந்த வகை நாணயங்களில் வைஷ்ணவ சமயச்

சின்னங்களான விஷ்ணு சக்கரம், லக்ஷ்மிதேவி, கருடன் ஆகியவை இடம்பெற்றிருப்பது குறிப்பிடத்தக்கது.

குதிரைவீரர் வகை

குப்தர்கள் அரசில் முதன்முதலாக குதிரைவீரர் வகை நாணயங்களை வெளியிட்டவர் இரண்டாம் சந்திரகுப்தரே ஆவார். அவருக்குப் பின் பல அரசர்கள் இந்த வகை நாணயங்களை வெளியிட்டனர்.

இந்த வகை நாணயங்களின் ஒருபுறம் அரசர் அலங்கரிக்கப்பட்ட குதிரை ஒன்றில் சவாரி செய்யும் காட்சி காணப்படுகிறது. அவரது கையில் வில் உள்ளது. மறுபுறம் ஆசனத்தில் அமர்ந்த தேவியின் உருவம் உள்ளது. அவரது பின்புறம் இலைகளுடன் கூடிய தாமரை மலர் காணப்படுகிறது.

சிங்கத்தை வீழ்த்துபவர் வகை

இந்த வகை நாணயங்களின் ஒருபுறத்தில் வில் - அம்பைத் தாங்கிய அரசர் சிங்கத்தோடு சண்டையிடுகிறார். இந்த நாணயங்களில் வேட்டையாடும் காட்சி பல்வேறு விதமாகச் சித்தரிக்கப்பட்டிருக்கிறது. ஒன்றில் சிங்கத்தின் மீது அம்பு எய்தும் காட்சியும், இன்னொன்றில் சிங்கம் பின்னால் விழும் காட்சியும் மூன்றாம் வகையில் சிங்கத்தின் முதுகில் அரசர் காலை வைக்கும் காட்சியும் நான்காம் வகையில் சிங்கத்தை சந்திரகுப்தர் வாளால் வீழ்த்தும் காட்சியும் காணப்படுகிறது.

சந்திரகுப்தரின் வேட்டைத்திறமையை அறிவிக்கும் இவ்வகை நாணயங்கள் மிகுந்த அழகைக் கொண்டிருக்கிறது.

நாணயத்தின் மறுபக்கத்தில் துர்கா தேவி சிங்கத்தின் மீது வீற்றிருக்கும் காட்சி உள்ளது. நாணயத்தில்

> 'நரேந்த்ரசந்த்ரா ப்ரதிதஸ்ரியா திவம்
> ஜயத்யஜேயோ புவி சிம்ஹவிக்ரமா'

என்று எழுதப்பட்டிருக்கிறது. அரசர்களின் சந்திரனைப் போன்றவனும் எல்லையில்லாப் புகழ் படைத்தவனும் பூமியில் அவனுக்கு இணை இல்லாதவனுமான (அரசன்) சிங்கத்தின் வலிமையைக் கொண்டு விண்ணுலகை வெல்கிறான் என்று இதற்குப் பொருள்.

ஆசனத்தில் அமர்த்திருக்கும் வகை

இந்த வகை நாணயங்களின் ஒருபுறத்தில் அரசர் ஓர் ஆசனத்தில் அமர்ந்திருக்கிறார். அவரது வலது கரத்தில் ஒரு மலர் உள்ளது. இடது கரத்தை ஆசனத்தின் மேல் வைத்திருக்கிறார். நாணயத்தின் மறுபுறம் கையில் தாமரை மலர் ஏந்திய லக்ஷ்மிதேவி அமர்ந்திருக்கிறார். நாணயத்தில் 'தேவஸ்ரீ மகாராஜாதிராஜ ஸ்ரீசந்திரகுப்தஸ்ய' என்று எழுதப்பட்டுள்ளது. ஒரு நாணயத்தில் அதோடு 'ஸ்ரீ விக்ரமாதித்யஸ்ய' என்றும் ஆசனத்தின் கீழே 'ரூபாக்ரதி' என்றும் பொறிக்கப்பட்டுள்ளது.

சக்ர விக்கிரம வகை

நாணயத்தின் ஒருபுறம் விஷ்ணுவின் உருவத்தையும் அவரது பின்னால் சுதர்சனச் சக்கரத்தையும் கொண்டுள்ளது இந்த நாணயம். அவர் அரசருக்கு வரங்களை வழங்கும்

காட்சி சித்தரிக்கப்பட்டுள்ளது. நாணயத்தின் மறுபுறத்தில் சக்ரவிக்ரமா என்று எழுதப்பட்டுள்ளது. தன்னை விஷ்ணு பக்தராகக் காட்டிக்கொள்ளவும் பகவானிடமிருந்து வரங்கள் பெற்று ஆட்சிசெய்ததைக் குறிக்கும் வகையிலும் இந்த வகை நாணயங்களைச் சந்திரகுப்தர் வெளியிட்டிருக்கிறார்.

குடை வகை

நாணயத்தின் ஒருபுறம் குள்ளமான ஒருவர் குடை ஒன்றைத் தாங்கி நிற்கிறார். அருகில் யாகம் செய்யும் அரசரின் உருவம் காணப்படுகிறது. மறுபுறம் லக்ஷ்மிதேவி தாமரை மலரைத் தாங்கியபடி நிற்கிறார். இந்த வகை நாணயங்களில் சிலவற்றில் மகாராஜ ஸ்ரீ சந்திரகுப்த என்று எழுதப்பட்டுள்ளது. இன்னும் சிலவகை நாணயங்களில் 'க்ஷிதிம் அவஜித்ய சுசரிதைர் திவம் ஜயதி விக்ரமாதித்யா' அதாவது மண்ணுலகை வென்ற விக்ரமாதித்தன் தன் நற்செயல்களால் விண்ணுலகையும் வெல்கிறான் என்று பொறிக்கப்பட்டுள்ளது.

வெள்ளி நாணயங்கள்

குப்த வம்சத்தில் வெள்ளி நாணயங்களை முதலில் அறிமுகப்படுத்தியவர் இரண்டாம் சந்திரகுப்தர். சாகர்களை வென்று குஜராத்தையும் மாளவத்தையும் அவர் கைப்பற்றிக்கொண்ட பிறகு வெள்ளி நாணயங்களை அந்தப் பகுதிகளில் வெளியிட்டதாகத் தெரிகிறது.

இந்த வகை நாணயங்களில் சாகர்களின் நாணயங்களின் தாக்கம் அதிகமாக உள்ளது. நாணயத்தின் ஒருபுறத்தில் மார்பளவு உயரம் உள்ள அரசரின் உருவம் பொறிக்கப்பட்டிருக்கிறது. நாணயத்தின் தேதி பிராமி எழுத்துருவில் உள்ளது. மறுபுறம் கருடனின்

உருவமும் பிறைச்சந்திரனும் காணப்படுகின்றன. எழுத்துகளால் 'பரமபாகவத மகாராஜாதிராஜ ஸ்ரீசந்திரகுப்த விக்கிரமாதித்யா' என்று அந்தப் பக்கத்தில் பொறிக்கப்பட்டுள்ளது. இன்னும் சில நாணயங்களில் 'ஸ்ரீகுப்த குலஸ்ய மகாராஜாதிராஜ ஸ்ரீ சந்திரகுப்த விக்ரமாங்கஸ்ய' என்று எழுதப்பட்டிருக்கிறது. கத்தியாவாரில் புழங்கிய எழுத்துருவகை இவ்வகை நாணயங்களில் காணப்படுவது குறிப்பிடத்தக்கது.

தாமிர நாணயங்கள்

பொது வகைத் தாமிர நாணயங்களில் ஒரு புறத்தில் அரசரும் மறுபுறத்தில் கருடனின் உருவமும் காணப்படுகிறது. சில நாணயங்களில் அரசரின் உருவம் மார்பளவும் சிலவற்றில் முழு உருவமும், சிலவற்றில் மலர் ஒன்றைத் தாங்கியவராகவும் அரசர் சித்தரிக்கப்பட்டுள்ளார். அதேபோல் கருடனின் உருவமும் சிறகுகள் விரிக்கப்பட்ட, மனிதர்களைப் போன்ற கைகளோடும் அலகில் நாகத்தோடும் பல்வேறு விதமாகக் காணப்படுகின்றது.

குடை வகை

குடை வகை நாணயங்களில் தங்க நாணயத்தில் உள்ளது போலவே அரசர் யாகம் செய்யும் காட்சியும் அருகில் ஒரு குள்ள வடிமானவர் குடை ஒன்றைத் தாங்கி நிற்கும் காட்சியும் உள்ளன. மறுபுறம் கருடனின் உருவம் உள்ளது. நாணயத்தின் ஒருபுறம் ஸ்ரீசந்திர என்றும் மற்றொருபுறம் குப்த என்றும் எழுதப்பட்டுள்ளது. சிலவற்றில் ஸ்ரீ இல்லாமல் சந்திர என்று மட்டுமே உள்ளது.

பூச்சாடி வகை

குடை வகை நாணயத்தைப் போன்றதே இந்த வகை நாணயமும். கருடனுக்குப் பதிலாக மலர்களோடு கூடிய பூச்சாடி ஒன்று நாணயத்தின் பின்பக்கத்தில் காணப்படுவது மட்டுமே இதிலுள்ள வேறுபாடு. இந்தத் தாமிர நாணயங்கள் அளவில் மிகச் சிறியதாக இருந்தன.

இரண்டாம் சந்திரகுப்தர் தன்னுடைய விருதுப்பெயர்களான ரூபாக்ருதி, விக்ரமாதித்யா, விக்ரமாங்க, சிம்ஹவிக்ரம, நரேந்த்ரசந்திரா போன்றவற்றை நாணயங்களில் பொறித்திருக்கிறார். விஷ்ணுபக்தியை வெளிப்படுத்தும் விதமாக பரமபாகவத என்றும் நாணயத்தில் அவர் பொறித்திருக்கிறார்.

நாட்டின் பல்வேறு பகுதிகளில் அவற்றிற்கு உரிய சிறப்பு வகை நாணயங்களையும் இரண்டாம் சந்திரகுப்தர் வெளியிட்டிருக்கிறார். தங்க நாணயங்களிலேயே சில மாற்று அதிகமாகவும் சில மாற்றுக் குறைவாகவும் இருந்தன. அந்தந்தப் பகுதிகளின் பொருளாதார நிலைக்கு ஏற்றவாறு அவை அச்சடிக்கப்பட்டன.

குமாரகுப்தரின் நாணயங்கள்

குப்தர்களின் ஆட்சியில் பல்வேறு விதமான நாணயங்களை வெளியிட்டவர் என்ற பெருமை குமாரகுப்தரைச் சேரும். பொன்னாலும் வெள்ளியாலும் ஆன நாணயங்களை அவர் அச்சடித்தார். மேற்குப் பகுதி, மத்தியப் பகுதி என்று பகுதிக்கு ஒருவிதமான நாணயத்தை அவர் வெளியிட்டார்.

பொன் நாணயங்கள் - வில்வீரர் வகை

தன் தந்தையைப் போலவே அதிக அளவில் வில்வீரர் வகை நாணயங்களை குமாரகுப்தர் வெளியிட்டார்.

நாணயத்தின் ஒருபுறம் அரசர் இடது கையில் வில்லையும் அம்பையும் ஏந்திக் காட்சியளிக்கிறார். மறுபுறம் தாமரையில் அமர்ந்த தேவியின் உருவம் உள்ளது. இந்த வகை நாணயங்களில் பல்வேறு விதமான வாசகங்கள் எழுதப்பட்டுள்ளன. அவை

- விஜிதாவனிரவனிபதி குமாரகுப்தோ திவம் ஜயத
- ஜயதி மஹீதலம்
- பரம ராஜாதிராஜ ஸ்ரீகுமாரகுப்த
- குமார & மகாராஜாதிராஜ ஸ்ரீகுமாரகுப்த
- குணேஸோ மஹீதலம் ஜயதி குமர

நாணயங்களில் எழுதப்பட்டுள்ள 'ஸ்ரீ மகேந்திர' என்பதை வைத்து அவை குமாரகுப்தரின் நாணயங்களாக அடையாளம் காணப்படுகின்றன.

அஸ்வமேத வகை

சமுத்திரகுப்தருக்குப் பிறகு குமாரகுப்தர் அஸ்வமேத யாகம் செய்தவர் என்பதால் அதனைக் கொண்டாடும் விதத்தில் இந்த வகை நாணயங்களை வெளியிட்டார்.

நாணயத்தின் ஒருபுறம் யாகக் குதிரை யாகத்தூணின் முன்பு நிற்கிறது. குதிரையின் கால்களின் இடையில் 'ஸ்வமேத' என்றும் மேலே 'ஜயதி திவம் குமாரா' என்றும் எழுதப்பட்டுள்ளது. மறுபுறம் அரசி சாமரத்தை ஏந்தி நிற்கிறார். இடப்பக்கத்தில் யாகத்தில் பயன்படுத்தப்படும் வேல் ஒன்று உள்ளது. அந்தப் பக்கத்தில் 'ஸ்ரீ அஸ்வமேதமகேந்திர' என்று எழுதப்பட்டுள்ளது.

வாள் வீரர் வகை

இந்த வகை நாணயம் நுணுக்கமான வேலைப்பாடு கொண்டது. நாணயத்தின் ஒருபுறம் அரசர் அரையாடை அணிந்து நிற்கிறார். அவரது வலது கரம் யாகக் குண்டம் ஒன்றில் நெய்யை ஊற்றுகிறது. இடது கரம் வாள் ஒன்றைத் தாங்கி நிற்கிறது. அருகில் கருடனின் உருவம் உள்ளது. நாணயத்தின் விளிம்பில் 'அவஜித்ய சுசரிதை குமாரகுப்தோ திவம் ஜயதி' என்று பொறிக்கப்பட்டுள்ளது. மறுபுறம் லக்ஷ்மிதேவி தாமரையில் அமர்ந்தபடி காட்சி தருகிறார். அவருடைய கரத்திலும் தாமரை உள்ளது. அந்தப் பக்கத்தில் 'ஸ்ரீ குமாரகுப்த' என்று எழுதப்பட்டுள்ளது.

குதிரை வீரர் வகை

முதலாம் குமாரகுப்தரின் குதிரை வீரர் வகையில் நாணயத்தின் ஒருபுறம் நன்கு அலங்கரிக்கப்பட்ட குதிரை ஒன்றில் அரசர் அமர்ந்திருக்கிறார். அவரது கையில் பலவிதமான ஆயுதங்கள் காணப்படுகின்றன. மறுபக்கத்தில் லக்ஷ்மிதேவி தாமரை மலர் ஏந்தி ஆசனம் ஒன்றில் அமர்ந்திருக்கிறார்.

சில நாணயங்களில் மயிலுக்குப் பழங்களைக் கொடுக்கும் தேவியின் உருவம் உள்ளது. மயிலின் உருவத்தை வைத்து இந்த தேவி கௌமாரி என்று பலர் கூறுகின்றனர். இவ்வகை நாணயங்களில் எழுதப்பட்டுள்ள வாக்கியங்கள்:

- ப்ருத்விதலம் திவம் ஜயத்யஜித
- க்ஷிதிபதிரஜிதோ விஜயி மஹேந்திரசிம்ஹோ திவம் ஜயதி
- குப்தகுலவ்யோமசசி மஹேந்த்ர
- குப்தகுலாமல சந்த்ரோ மஹேந்த்ரகர்மாஜிதோ ஜயதி

நாணயத்தின் பின்புறம் 'அஜிதமஹேறந்த்ர' என்று எழுதப்பட்டிருக்கிறது.

மயில் வகை

மிகவும் அழகான நாணய வகை இது. 'கார்த்திகேய நாணயங்கள்' என்று இந்த வகை நாணயங்கள் அழைக்கப்படுகின்றன. முருகக் கடவுளின் மேல் குமாரகுப்தருக்கு இருந்த பக்தியை இந்த நாணயங்கள் வெளிக்காட்டுகின்றன.

நாணயத்தின் ஒருபுறம் அரசர் பழங்களை கையில் வைத்துக்கொண்டு மயிலுக்கு அவற்றை உணவாக அளிக்கிறார். மறுபுறம் கார்த்திகேயக் கடவுள் மயிலின்மீது காட்சியளிக்கிறார். முருகனின் கையில் வேல் உள்ளது. 'ஜயதி ஸ்வபூமௌ குணராஸி' என்று நாணயத்தில் எழுதப்பட்டுள்ள வாசகம் குமாரகுப்தர் தன்னுடைய சொந்த வலிமையைப் பெரிதும் மதிப்பதைக் காட்டுகின்றன.

சிங்கத்தை வேட்டையாடும் காட்சி கொண்ட நாணயங்கள்

இரண்டாம் சந்திரகுப்தரைப் போலவே சிங்கத்தை வெல்லும் அரசனாகத் தன்னைச் சித்தரித்துக்கொண்டு குமாரகுப்தர் வெளியிட்ட நாணயங்கள் இவை. சில நாணயங்களில் அரசர் சிங்கத்தோடு சண்டையிடுவது போலவும் இன்னும் சில வகை நாணயங்களில் சிங்கத்தின் மேலேறி அதை அடக்குவது போலவும் அரசரின் உருவம் காணப்படுகிறது. நாணயத்தின் மறுபுறம் கையில் தாமரையோடு கூடிய தேவியின் உருவம் உள்ளது.

இவ்வகை நாணயங்களில் 'சாக்ஷாத் இவ (நரசிம்ஹோ) சிம்ஹ மஹேந்த்ரோ ஜயத்யனிஸம்' அதாவது உலகத்தில் உலவும்

நரசிம்மரான, சிம்ஹ மஹேந்திரருக்கு எப்போதும் வெற்றி கிடைக்கட்டும் என்று பொறிக்கப்பட்டுள்ளது. சிலவற்றில் 'குமாரகுப்தோ விஜயீ சிம்ஹ மஹேந்த்ரோ திவம் ஜயதி' என்றும் இன்னும் சிலவற்றில் 'குமாரகுப்தோ யுதி சிம்ஹ விக்ரமா' என்றும் எழுதப்பட்டுள்ளது.

புலிவேட்டை நாணயம்

நாணயத்தின் ஒருபுறம் அரசர் புலியை வீழ்த்துகிறார். அது பின்னோக்கிச் சாயும்போது அதன் மேல் தன்னுடைய காலை வைத்து அழுத்துகிறார். நாணயத்தின் மறுபுறம் லக்ஷ்மிதேவி மயிலுக்குப் பழம் கொடுக்கும் உருவம் சித்தரிக்கப்பட்டுள்ளது. நாணயத்தில் 'ஸ்ரீமாம் வ்யாக்ரபலபராக்ரமா' என்று எழுதப்பட்டுள்ளது. புலிக்கு அஞ்சாத குமாரகுப்தரின் தன்னம்பிக்கையும் வீரமும் வலிமையும் இந்தவகை நாணயங்களில் வெளிப்படுவதாகக் கருதலாம்.

ப்ரதாப வகை

'அப்ரதிக்ய வகை' என்று அழைக்கப்படும் இவ்வகை நாணயங்களில் அரசர் தன்னுடைய இரு அரசிகளோடு காணப்படுகிறார். நாணயத்தின் ஒருபுறம் அரசர் நடுவில் நிற்கிறார். அவரது கையில் ஆயுதங்கள் உள்ளன. அவரது

இடது புறத்தில் பெண் ஒருவர் தலைக் கவசத்தோடும் இடது கையில் கேடயத்தோடும் காணப்படுகிறார். வலப்பக்கம் உள்ள பெண்மணி வலக்கையைத் தொங்கவிட்டும் இடக்கையை இடையின் மேல் வைத்தவாறும் காணப்படுகிறார். மூவருக்கும் பின்னால் கருடனின் உருவம் உள்ளது. அருகே 'குமாரகுப்த' என்று எழுதப்பட்டுள்ளது. நாணயத்தின் மறுபுறம் லக்ஷ்மிதேவி கையில் தாமரையைப் பிடித்த வண்ணம் சித்தரிக்கப்பட்டுள்ளார். அருகில 'ஸ்ரீ ப்ரதாப' என்று எழுதப்பட்டிருக்கிறது.

யானைமேல் சவாரி செய்பவர்

இவை குப்தர்களின் நாணயங்களிலேயே தனித்தன்மை வாய்ந்த நாணய வகையாகும். நாணயத்தின் ஒருபுறம் அரசர் யானைமேல் அமர்ந்திருக்கும் உருவம் உள்ளது. அவருக்குக் பின் சேவகர் ஒருவர் குடைபிடிக்கிறார். மறுபுறம் லக்ஷ்மிதேவி தாமரை மலர்களை ஏந்தியவாறு காட்சியளிக்கிறார்.

யானைமேல் சவாரி செய்து சிங்கத்தைக் கொல்வது

இதுவும அரிய வகைக நாணயங்களில் ஒன்று. நாணயத்தின் ஒருபுறம் யானைமேல் சவாரி செய்யும் அரசரை ஒரு சிங்கம் தாக்கும் காட்சி காணப்படுகிறது. அரசர் கையில் வாளேந்தி அந்த சிங்கத்தைத் தாக்குகிறார்.

நாணயத்தின் மறுபுறம் தேவி ஒருவரின் உருவம் உள்ளது. அவரது கையில் இருக்கும் பொருள் இன்னதென்று தெளிவாகத் தெரியவில்லை. அவர் அருகிலேயே மயில் ஒன்றின் உருவம் உள்ளது.

காண்டாமிருக வகை

நாணயத்தின் ஒருபுறம் அரசர் குதிரைமீது அமர்ந்திருக்கிறார். தன் கையில் உள்ள வாளால் காண்டாமிருகம் ஒன்றைத் தாக்குகிறார். மறுபுறம் முதலையின்மீது நின்றிருக்கும் தேவியின் உருவம் உள்ளது. அவர் கையில் தாமரை மலரைத் தாங்கியிருக்கிறார்.

குமாரகுப்தர் காண்டாமிருகங்கள் நிறைந்த இந்தியாவின் கிழக்குப் பகுதிகளை வென்றதன் அடையாளமாக இந்த வகை நாணயங்கள் வெளியிடப்பட்டிருக்கலாம்.

குடை வகை

நாணயத்தின் ஒருபுறம் பிரார்த்தனை செய்யும் அரசரின் உருவம் உள்ளது. அவர் பின்னால் சேவகர் ஒருவர் குடையைத் தாங்கி நிற்கிறார். அவரது உடையை வைத்து அது ஒரு பெண்ணின் உருவம் என ஆய்வாளர்கள் கருதுகின்றனர்.

வீணை வாசிக்கும் அரசர்

சமுத்திரகுப்தரைப் போலவே, வீணை வாசிக்கும் சித்திரத்தைப் பொறித்த நாணயங்களை குமாரகுப்தரும் வெளியிட்டார். இதில் குறிப்பிடத்தக்க மாற்றம் என்னவென்றால், குமாரகுப்தர் வீணை வாசித்துக்கொண்டு இருக்கும்போது அரசி அவரது அருகில் அமர்ந்துகொண்டு ஒரு மலரை முகர்வதுபோன்ற சித்திரம் நாணயங்களில் பொறிக்கப்பட்டிருக்கிறது.

வெள்ளி நாணயங்கள்

சாகர்களை (க்ஷத்திரபர்களை) வெற்றி கொண்ட பின்னர் இரண்டாம் சந்திரகுப்தர் வெள்ளி நாணயங்களை வெளியிட்டார் என்று ஏற்கெனவே பார்த்தோம். அந்தப் பகுதிகளை நீண்ட நாள் ஆட்சி செய்த அவரது மகனான குமாரகுப்தர், இரண்டாம் சந்திரகுப்தரைவிட அதிக அளவில் வெள்ளி நாணயங்களை வெளியிட்டார். அவர் வெளியிட்ட வெள்ளி நாணயங்களை ஐந்து பிரிவுகளாகத் தரம் பிரிக்கலாம்

முதல் வகை நாணயங்கள் இந்தியாவின் மேற்குப் பகுதியில் புழக்கத்திற்காக விடப்பட்டவை. அதில் சில கிரேக்க எழுத்துகள் காணப்படுகின்றன. அவற்றின் ஒரு பக்கத்தில் கருடனுடைய உருவம் காணப்படுகிறது. அருகே ஏழு நட்சத்திரங்கள் உள்ளன. ‘பரமபாகவத மகாராஜாதிராஜ ஸ்ரீ குமாரகுப்த மகேந்திராதித்யா’ என்று அந்தப் பக்கத்தில் பொறிக்கப்பட்டுள்ளது.

இரண்டாம் வகை நாணயங்கள் மேலே குறிப்பிடப்பட்ட நாணயங்களைவிட அளவில் சிறியவை. இவ்வகை நாணயங்களில் கிரேக்க எழுத்துகள் இல்லை. நாணயத்தின்

ஒரு பகுதியில் அரசரின் மார்பளவு உருவம் காணப்படுகிறது. மறுபுறம் கருடனின் உருவம் உள்ளது. மாளவத்திலும் குஜராத்தின் வட பகுதியிலும் இந்த வகை நாணயங்கள் கிடைத்துள்ளன. மூன்றாம் வகை நாணயங்களிலும் அரசரின் மார்பளவு உருவமும் கருடனின் உருவமும் உண்டு. ஆனால் இதில் கிரேக்க எழுத்துகள் பொறிக்கப்பட்டுள்ளன.

நான்காம் வகை வெள்ளி நாணயங்கள் குப்தர்களின் ஆட்சிப் பகுதியின் மத்திய, கிழக்குப் பகுதிகளில் புழக்கத்திற்கு விடப்பட்டவை. நாணயத்தின் ஒருபுறம் அரசரின் முழு உருவம் பொறிக்கப்பட்டுள்ளது. மறுபுறம் தோகையை விரித்தாடும் மயிலின் உருவம் உள்ளது. பிராமி எழுத்துகள் இவற்றில் உள்ளன.

ஐந்தாம் வகை நாணயங்கள் வெள்ளி மூலாம் பூசப்பட்ட செம்பு நாணயங்களாகும். அவை கத்தியவார் பகுதியில் வெளியிடப்பட்டன. அவை குமாரகுப்தரின் ஆட்சியின் பிற்பகுதியில் அரசு நிதிச் சுமையால் திண்டாடியபோது வெளியிடப்பட்டிருக்கலாம் என்பது ஆய்வாளர்களின் கருத்து. இந்த வகை நாணயங்களிலும் கருடனின் உருவம் உள்ளது. 'பரமபாகவத மகாராஜாதிராஜ ஸ்ரீ குமாரகுப்த மகேந்திராதித்யா' என்று இவ்வகை நாணயங்களில் எழுதப்பட்டுள்ளது.

செம்பு நாணயங்கள்

குமாரகுப்தர் மிகக் குறைந்த அளவிலேயே செம்பாலான நாணயங்களை வெளியிட்டார். ஒன்றில் அரசர் நின்று கொண்டிருக்கும் உருவம் ஒருபுறமும், கருடனின் உருவம் மறுபுறமும் பொறிக்கப்பட்டுள்ளன. நாணயத்தில் 'குமாரகுப்தா' என்று எழுதப்பட்டுள்ளது. இன்னொரு நாணயத்தில் யாககுண்டம் ஒருபுறமும் சிம்ம வாகனத்தில் அமர்ந்த தேவியின் உருவம் மறுபுறமும் பொறிக்கப்பட்டுள்ளன. 'ஸ்ரீகு' என்ற எழுத்துகள் மட்டும் அந்த நாணயத்தில் காணப்படுகிறது.

ஸ்கந்த குப்தரின் நாணயங்கள்

ஸ்கந்தகுப்தர் தன்னுடைய முன்னோர்களைப்போல அல்லாமல் குறைந்த அளவிலேயே நாணயங்களை வெளியிட்டார். தொடர்ந்து படையெடுப்புகளைச் சமாளித்த காரணத்தால் குப்தர்களின் பொருளாதாரம் வீழ்ச்சியடைந்தது. அதன் காரணமாக ஸ்கந்தகுப்தர் வெளியிட்ட நாணயங்களின் மதிப்பும் குறைந்தது.

வில்வீரர் வகை நாணயங்கள்

ஸ்கந்தகுப்தரின் வில்வீரர் வகை நாணயங்களில் ஒருபுறம் அரசர் வில்லையும் அம்பையும் தாங்கி நிற்கிறார். அவரின் வலதுபுரம் கருடத்வஜம் காணப்படுகிறது. அருகில் 'ஸ்கந்த', 'ஜயதி மஹீதலம்', 'ஜயதி திவம் ஸ்ரீ க்ரமாதித்யா' போன்ற வாசகங்கள் பொறிக்கப்பட்டுள்ளன. சில நாணயங்களில் வில் வீரர் என்பதைக் குறிக்கும் 'சுதன்வி' என்ற வார்த்தையும் காணப்படுகிறது. நாணயத்தின் மற்றொரு புறத்தில் லக்ஷ்மிதேவியின் உருவம் காணப்படுகிறது. அருகே 'ஸ்ரீ ஸ்கந்தகுப்த', 'க்ரமாதித்யா' போன்ற வாசகங்கள் காணப்படுகின்றன.

அரசரும் லக்ஷ்மிதேவியும் உள்ள நாணயங்கள்

வில்வீரர் வகை நாணயங்களிலிருந்து சிறிதே மாறுபடும் இந்த வகை நாணயங்களில் வில்லும் அம்பும் ஏந்திய அரசரின் அருகே அதே பக்கத்தில் லக்ஷ்மிதேவி காணப்படுகிறார். இருவருக்கும் இடையே கருடனின் உருவம் உள்ளது. மறுபுறத்திலும் லக்ஷ்மிதேவியின் உருவம் தாமரையுடன் காணப்படுகிறது.

இந்தவகை நாணயங்களில் அரசரின் அருகே இருக்கும் உருவம் லக்ஷ்மிதேவி அல்ல, அரசியுடையது என்று சிலர் கூறுகின்றனர். ஆனால் அது உண்மையல்ல. அந்த உருவத்தின் கையில் இருக்கும் தாமரை அது லக்ஷ்மிதேவி என்பதற்கான குறியீடு ஆகும். நாணயங்களில் அரசியை அரசரின் அருகே இருக்குமாறு சித்தரிப்பதே வழக்கம். அப்படியல்லாமல் இருவருக்கும் இடையில் கருடன் இருக்குமாறு பொறிப்பது வழக்கமல்ல. இந்தக் காரணங்களால் நாணயத்தில் உள்ளது லக்ஷ்மி தேவியே என்பதும் தன்னுடைய குலப்பெருமையை

மீட்டெடுத்ததன் நன்றிக்கடனாகவே ஸ்கந்தகுப்தர் தன்னருகே தேவியின் உருவத்தைப் பொறித்தார் என்பதும் தெளிவாகிறது.

ஸ்கந்தகுப்தர் முதலில் அவருடைய முன்னோர்கள் வெளியிட்டதுபோல தங்க நாணயங்களைத் தரமுள்ள பொன்னால், 132 கிரயின்கள் எடையுடன் வெளியிட்டார். ஆனால், பின்னால் பொன்னுடைய மாற்று குறைந்து அதிக எடையுடன், அதாவது 114.6 கிரயின்கள் எடையோடு தங்க நாணயங்கள் வெளியிடப்பட்டன. நாணயத்தின் மதிப்புக் குறைந்தவையாக (debased currency) இவை இருந்தன. பொருளாதாரத்தில் ஏற்பட்ட தேக்கமே இப்படி நாணய மதிப்புக் குறைக்கப்பட்டதன் காரணம் என்பது தெளிவாகிறது.

வெள்ளி நாணயங்கள்

அரசின் மேற்குப் பகுதியிலும் மத்தியப் பகுதியிலும் ஸ்கந்த குப்தரின் வெள்ளி நாணயங்கள் கிடைக்கப்பெறுகின்றன. மேற்குப் பகுதியில் கிடைத்த வெள்ளி நாணயங்களில் ஒருபுறத்தில் கருடன், நந்தி, யாககுண்டம் ஆகியவை பொறிக்கப்பட்டுள்ள நாணயங்கள் கிடைத்தன. மறுபுறத்தில் குப்தர்களின் மற்ற வெள்ளி நாணயங்களைப் போலவே அரசரின் மார்புவரையான உருவம் உள்ளது. கருடன் உள்ள நாணயங்களில் மறுபுறத்தில் விரிந்த சிறகுகளையுடைய கருடனின் உருவம் பொறிக்கப்பட்டுள்ளது. அதில் ‘பரமபாகவத மகாராஜாதிராஜ ஸ்ரீ ஸ்கந்தகுப்த கிரமாதித்யா’ என்று எழுதப்பட்டுள்ளது. யாககுண்டம் உள்ள நாணயங்களில் ‘பரமபாகவத ஸ்ரீ விக்ரமாதித்ய ஸ்கந்தகுப்த’ என்று எழுதப்பட்டுள்ளது.

7

ஹூணர்களின் நாணயங்கள்

சீனாவிலிருந்து சாரி சாரியாக இந்தியாவின்மீது படையெடுத்து வந்த பல்வேறு குடிகளில் ஹூணர்களும் உண்டு. ஹூணர்கள் என்று பொதுவாக அழைக்கப்பட்டாலும் இவர்களிலும் பல்வேறு குடியினர் உண்டு. சீனாவின் மேற்குப் பகுதியிலிருந்து கிளம்பிய இவர்களில் சில பிரிவினர் மத்திய ஆசியா வழியாக யூரோப்பை நோக்கிச் சென்றனர். இன்னும் சில பிரிவினர் மத்திய ஆசியாவிலிருந்து தெற்கு நோக்கி வந்து பாக்ட்ரியாவைத் தங்கள் தலைமையகமாக ஆக்கிக்கொண்டனர். இவர்களில் முதலில் வந்தவர்கள் கிடார ஹூணர்கள் ஆவார். பொயு நான்காம் நூற்றாண்டின் ஆரம்பத்தில் பாக்ட்ரியாவை அடைந்த இவர்கள், அங்கே ஏற்கெனவே ஆட்சி செய்துகொண்டிருந்த இந்தோ சசானிய அரசர்களை வென்றனர். அதன்பின் இந்தியாவின் வடமேற்குப் பகுதியில் சில அரசுகளை தனித்தனியாக ஆண்டுகொண்டிருந்த குஷாணர்களையும் தோற்கடித்து அவற்றைத் தங்களது ஆட்சியின் கீழ் கொண்டுவந்தனர்.

கபீசபுரம் என்ற காபூலையும் அதன்பின் புருஷபுரத்தையும் தங்களுடைய இருப்பிடமாக ஆக்கிக்கொண்ட கிடாரர்கள் அதன்பின் இந்தியாவின் வடபகுதிக்குள் செல்ல முடியவில்லை. அப்போது இரண்டாம் சந்திரகுப்தர் குப்தர்களின் அரசராக இருந்தார். ஆகவே கிடைத்தது போதும் என்ற

நினைப்பில் வடமேற்கு இந்தியாவிலேயே தங்களது ஆட்சியை நடத்தினர் கிடார ஹூணர்கள்.

கிடார ஹூணர்கள்

அவர்களுடைய மூத்தோனான கிடாரன் என்பவனின் பெயரால் இவர்கள் கிடாரர் என்று அழைக்கப்பட்டனர். முதலாம் கிடார மன்னன் தங்கத்தாலும் வெள்ளியாலும் ஆன நாணயங்களை அச்சிட்டு வெளியிட்டார். பிராமி எழுத்துகளில் குஷாண -கிடார - குஷாணா என்ற எழுத்துப் பொறிப்புகளைக் கொண்டும், அர்டாக்ஷோ தெய்வத்தின் உருவத்தைக் கொண்டும் இந்த நாணயங்கள் வெளியிடப்பட்டன.

கிரீடம் அணிந்த கிடாரரின் மார்பளவு உருவமும் அவரது நாணயங்களில் காணப்படுகின்றன. இவற்றைத் தவிர, ஸ்ரீசிலாதித்தியன், ஸ்ரீக்ருதவீர்யன், ஸ்ரீசலோனவீரன், சதோமாலன், சர்வயாஸன் போன்ற பெயரிலும் இக்காலகட்டத்தில் பல நாணயங்கள் கிடைத்துள்ளன. இவையெல்லாம் கிடாரர்களின் சிற்றரசர்களா அல்லது கிடார வம்ச அரசர்களின் பெயர்களா என்பது தெரியவில்லை.

அல்கன் ஹூணர்கள்

கிடாரர்களுக்கு அடுத்து இந்தியாவில் நுழைந்தவர்கள் அல்கன் ஹூணர்கள். இவர்களும் சீனாவின் வடமேற்கிலிருந்து மத்திய ஆசியப் பகுதிக்கு வந்து அங்கிருந்து இந்தியாவின் வடமேற்குப் பகுதிக்கு வந்தனர். அங்கே ஆட்சி செய்துகொண்டிருந்த கிடாரர்களைத் தோற்கடித்து விரட்டிவிட்டு அங்கே தங்களது ஆட்சியை நிலைநிறுத்தினர். சிறுவர்களாக இருக்கும்போதே தங்களது

தலையில் இரும்புக் கவசம் ஒன்றை மாட்டிக்கொண்டு தலையை நீளமாக்கிக்கொள்ளும் விசித்திர வழக்கம் ஒன்றையும் அல்கன் ஹூணர்கள் கடைப்பிடித்தனர்.

பாக்ட்ரியாவை அடுத்து கபுலிஸ்தானைக் கைப்பற்றிக்கொண்ட ஹூணர்கள் அடுத்ததாக சிந்துப் பகுதியைக் கைப்பற்றினர். பொயு 460 முதல் 470 ஆண்டிற்குள் ஹூணர்களின் அரசனான கிங்கலன் காந்தாரம் முழுவதையும் கைப்பற்றிவிட்டான்.

அல்கன் ஹூணர்களின் முதல் அரசனான கிங்கலன் வெளியிட்ட நாணயம்

குப்த பேரரசை ஆட்சி செய்துகொண்டிருந்த ஸ்கந்த குப்தருக்கும் ஹூணர்களுக்கும் கடும்போர் நடந்தது. அதில் வெற்றி பெற்ற ஸ்கந்த குப்தர் ஹூணர்களை வடமேற்கு இந்தியாவிலேயே நிறுத்தி வைத்திருந்தார். ஆனால் அவருக்குப் பின்னால் வந்த அரசர்களின் திறமையின்மை காரணமாக ஹூணர்கள் கொஞ்சம் கொஞ்சமாக இந்தியாவிற்குள் நுழைந்தனர்.

இந்தியாவில் ஹூணர்கள் பெற்ற வெற்றிக்கு அடிகோலியவன் தோரமானா. பொயு 495ம் ஆண்டு பஞ்சாபில் நுழைந்த தோரமானா முதலில் சிந்துப் பகுதியைக் கைப்பற்றிக்கொண்டு மாளவத்தை நோக்கிச் சென்றான். அதன்பின் மாளவமும் ஹூணர்கள் வசம் சென்றது. ஏரனில் உள்ள வராகத்தில் பொறிக்கப்பட்ட கல்வெட்டு தோரமானாவை மகாராஜாதிராஜ என்று கூறுகிறது.

கிட்டத்தட்ட இந்தியாவின் வடமேற்குப் பகுதி முழுவதையும் கைப்பற்றியிருந்த தோரமானாவிற்குப் பிறகு அவனுடைய

மகனான மிகிரகுலன் ஹூணர்களின் தலைவனாகப் பொறுப்பேற்றுக்கொண்டார். வட இந்தியாவின் பெரும்பகுதி ஹூணர்கள் வசமிருந்ததை அவனுடைய ஆட்சிக்காலத்தில் கிடைத்த பல கல்வெட்டுகள் சுட்டுகின்றன. உதாரணமாக குவாலியரில் கிடைத்த பொயு 528ம் ஆண்டைச் சேர்ந்த கல்வெட்டு மாளவத்தில் உள்ள கோப என்ற மலையில் சூரியனுக்கு மிகிரகுலன் ஒரு கோவில் கட்டியதைத் தெரிவிக்கிறது. ஆகவே பொயு 528 வரை அங்கே அவருடைய ஆட்சி நிலவியதைத் தெரிந்துகொள்ள முடிகிறது. வட இந்தியாவை நோக்கிப் படையெடுத்த மிகிரகுலன் சாகலா என்று அழைக்கப்பட்ட சியால்கோட்டைக் கைப்பற்றிக்கொண்டார். அதன்பின் கஷ்மீரின் மீது படையெடுத்து அந்தப் பகுதியையும் தன்னுடைய ஆதிக்கத்தின் கீழ் கொண்டு வந்தார். அவருடைய காலம் முழுவதும் கஷ்மீர் ஹூணர்களுடைய ஆதிக்கத்திலேயே இருந்தது.

இப்படி ஒரு குறிப்பிட்டகாலத்திற்குள் வட இந்தியாவின் பெரும்பகுதியை தங்களுடைய ஆதிக்கத்திற்குள் ஹூணர்கள் கொண்டு வந்தனர். ஆனால் இந்த நிலை அதிக நாள் நீடிக்கவில்லை. மாளவத்தின் ஒரு பகுதியை ஆட்சி செய்த யசோதர்மன் விஷ்ணுவர்த்தனன் என்ற அரசன் மிகிரகுலனின் ஆட்சிக்கு முடிவு கட்டினான். மண்டஸோரில் கிடைக்கும் அவனுடைய இரண்டு கல்வெட்டுகள் அவன் ஹூணர்களைத் தோற்கடித்த செய்தியைத் தெரிவிக்கின்றன. போலவே, ஹூணர்களின் ஆட்சிப் பகுதியில் இருந்த பல சிற்றரசர்களும் கிளர்ச்சி செய்யவே, மிகிரகுலனுக்கு அடுத்து வந்த ஹூண அரசர்களின் ஆட்சிக்காலத்தில் அவர்களின் பிடி கொஞ்சம் கொஞ்சமாகத் தளர்ந்தது. இதற்கிடையில் சசானியர்கள் மீண்டும் படையெடுத்து வந்து வடமேற்குப் பகுதியில் பல இடங்களைக் கைப்பற்றிக் கொண்டனர். இப்படியாக ஹூணர்களுடைய ஆட்சி முடிவுக்கு வந்தது.

நாணயங்கள்

ஹூணர்கள் வெளியிட்ட நாணயங்களின் தனித்தன்மை என்னவென்றால், அவர்கள் எந்தப் பகுதியில் ஆட்சி செய்தார்களோ அதற்கேற்ப நாணயங்களை அச்சிட்டு வெளியிட்ட முறைதான். முதலில் ஆப்கானிஸ்தான் பகுதியில் ஆட்சி செய்தபோது சசானியர்களின் நாணயங்களைப்போல தங்கள் நாணயங்களை வெளியிட்டனர். இந்தியாவில் நுழைந்து மாளவத்தில் ஆட்சி செய்தபோது குப்தர்களின்

நாணயங்களை அவர்கள் பின்பற்றினர். பின்னாளில் கஷ்மீரில் ஆட்சி செய்தபோது குஷாணர்களின் மாதிரியைப் பின்பற்றி அவர்கள் நாணயங்களை வெளியிட்டனர். ஹூணர்களின் தங்கம், வெள்ளி, செம்பு ஆகிய உலோகங்களில் நாணயங்களை வெளியிட்டிருக்கின்றனர்.

தோரமானா

தோரமானா வெளியிட்ட தங்க நாணயத்தில் குதிரைமீது அவர் அமர்ந்த உருவம் நாணயத்தின் ஒருபுறம் உள்ளது.

நாணயத்தின் விளிம்பில் ‘அவனிபதி தோரமானோ விஜித்ய வசுதம் திவம் ஜெயதி’ என்று எழுதப்பட்டிருக்கிறது. மறுபுறம் லக்ஷ்மி தேவியின் திருவுருவம் காணப்படுகிறது. குப்தர்கள் அச்சடித்த நாணயத்தை மாதிரியாகக் கொண்டு இந்த நாணயம் வெளியிடப்பட்டது எனலாம்.

தோரமானா வெளியிட்ட வெள்ளி நாணயத்தில் அவரது மார்பளவு உருவம் காணப்படுகிறது. மறுபுறம் மயிலின் உருவமும் ‘தோரமான தேவா’ என்ற எழுத்துகளும் காணப்படுகின்றன.

இன்னொரு நாணயத்தில் அரசரின் மார்பளவு உருவம் உள்ளது. நாணயத்தின் மறுபுறம் பலிபீடம் காணப்படுகிறது. அதைச் சுற்றி 'சாஹி ஜபுலா' அல்லது 'ஜபுலா' என்ற பெயர் காணப்படுகிறது. இது தோரமானாவின் மற்றொரு பெயராகும். இதேபோன்ற எந்த வாசகமும் இல்லாத சில வெள்ளி நாணயங்களும் கிடைத்திருக்கின்றன. அதிலும் அரசரது மார்பளவு உருவமும் மறுபுறம் பலிபீடமும் காணப்படுகிறது. அதை வைத்து இவையும் தோரமானாவின் நாணயங்கள் என்று கூறப்படுவது உண்டு.

ராஜஸ்தானிலும் பஞ்சாபிலும் தோரமானா வெளியிட்ட செப்பு நாணயங்கள் கிடைத்துள்ளன. இதில் ஒருபுறம் தோரமானவின் மார்பளவு உருவம் பொறிக்கப்பட்டுள்ளது. மறுபுறம் சூரியச் சக்கரம் உள்ளது. அதன் கீழே தோரா அல்லது ஜபுலா என்ற வாசகங்கள் பிராமி எழுத்துருவில் காணப்படுகின்றன.

கஷ்மீர் பகுதியில் ஶ்ரீ தோரமானர் என்ற வாசகம் பொறித்த பல செப்பு நாணயங்கள் கிடைத்திருக்கின்றன. இதில் ஒருபுறம் நின்றுகொண்டிருக்கும் அரசரின் உருவமும் மறுபுறம் தாமரை மலரை ஏந்திய அர்டோக்ஷோவின் உருவமும் காணப்படுகிறது. ஆனால் கஷ்மீரை தோரமானா அவருடைய காலத்தில் வெற்றி கொள்ளாததால், இந்த நாணயங்கள் வேறொரு தோரமானாவுடையதாக இருக்கலாம் என்று கருதப்படுகிறது.

மிகிரகுலன்

மிகிரகுலன் வெளியிட்ட நாணயங்களில் ஒருபுறம் அவரது மார்பளவு உருவம் பொறிக்கப்பட்டுள்ளது.

இதில் அவருக்குக் கிரீடம் உள்ளது. அதே பக்கத்தில் 'ஜயது மிகிரகுலா' என்று குப்தர்களின் எழுத்துருவில் எழுதப்பட்டுள்ளது. மறுபக்கம் சசானியர்களின் பாணியில் யாககுண்டம் காணப்படுகிறது. இன்னும் சில நாணயங்களில் 'ஜயது விருஷத்வஜ' என்ற வாசகங்கள் உள்ளன.

மிகிரகுலன் வெளியிட்ட செம்பு நாணயங்கள் ஒரு வகை குதிரை வீரனின் உருவத்தோடு பெரியதாகவும் அகலமாகவும் உள்ளன. இரண்டாவது வகை அவரது கஷ்மீர் ஆட்சிக்காலத்தில் வெளியிடப்பட்டவை. அவை குஷாணர்கள் பாணியைப் பின்பற்றியிருக்கின்றன. மிகிரகுலன் வடமேற்கு இந்தியாவில் வெளியிட்ட செப்பு நாணயங்கள் முன்புறம் அரசனின் மார்பளவு உருவத்தைக் கொண்டுள்ளன. பின்புறம் காளையின் உருவம் உள்ளது.

பஞ்சாப் பகுதியில் கிடைத்த நாணயங்களில் சிலவற்றில் இரண்டு முத்திரைகள் உள்ளன. அவற்றில் ஒன்று தோரமானாவுடையது மற்றொன்று மிகிரகுலனுடையது. ஒரே நாணயத்தில் இதுபோன்று இருமுத்திரைகள் இருப்பது ஆய்வாளர்களிடையே குழப்பத்தை ஏற்படுத்தியுள்ளது. சிலர், முதலில் தோரமானா வெளியிட்ட நாணயங்களில் மிகிரகுலர் தனது முத்திரையை இட்டு வெளியிட்டதாகக் கூறுகிறார்கள். சிலர் இதை மறுக்கிறார்கள். ஆனால் இவை ஹூணர்களின் நாணயங்கள்தான் என்பதில் எவ்விதச் சந்தேகமும் இல்லை. மிகிரகுலனுக்குப்பின் வந்த இரண்டம் தோரமானா வெள்ளி நாணயங்களையும் செப்பு நாணயங்களையும் வெளியிட்டுள்ளார். இந்த நாணயங்களில் தோரமானாவின் மார்பளவு உருவம் நாணயத்தின் ஒருபுறம் காணப்படுகிறது. அதில் 'ஸ்ரீதோர' என்று குப்தர்கள் எழுத்துருவில் எழுதப்பட்டுள்ளது.

8

பிற வட இந்திய அரசுகளின் நாணயங்கள்

பண்டையப் பழங்குடி அரசுகள்

இந்தோ - கிரேக்க அரசுகள் வட மேற்கு இந்தியாவில் ஆட்சி செய்துகொண்டிருந்த போது, அவர்கள் அச்சடித்த நாணயங்களைப் பின்பற்றி இந்தியாவின் வடக்கிலும் வடமேற்கிலும் இருந்த பல பழங்குடி அரசுகள் நாணயங்களை வெளியிட ஆரம்பித்தன. அவற்றில் சில அரசுகள் வெளியிட்ட நாணயங்களைப் பற்றிக் கொஞ்சம் பார்ப்போம். இவர்கள் அச்சடித்த வெள்ளி நாணயங்கள் கிரேக்கர்கள் வெளியிட்ட ஹெமிட்ராம்ஸ் நாணயங்களை ஒத்திருந்தன.

யௌதேயர்கள்

பொயுமு ஐந்தாம் நூற்றாண்டில் தற்போதைய பஞ்சாப் பகுதியைச் சுற்றி ஆட்சி செய்தவர்கள் யௌதேயர்கள். யௌதேய அரசு ஒரு குடியரசாகும் (கணராஜ்யம்). தொடர்ந்து படையெடுப்புகளைச் சந்தித்துக் கொண்டிருந்த வடமேற்குப் பகுதியில் இவர்கள் ஆட்சி செய்ததால் பெரும் போர்வீரர்களாக யௌதேயர்கள் திகழ்ந்தனர். பொயு 4ம் நூற்றாண்டு வரை இவர்கள் அரசு நிலைபெற்றிருந்ததற்குக் காரணம் அவர்களது போர்க்குணம்தான். பஞ்சாபில் லூதியானா பகுதியிலிருந்து தற்போதைய ஹிமாச்சலப் பிரதேசம், தெற்கில் ராஜஸ்தானின் வடபகுதிகள், தற்போதைய பாகிஸ்தானின் கிழக்குப் பகுதி என்று இவர்கள் ஆட்சி செய்த பகுதிகளின் எல்லைகள் பரந்து விரிந்திருந்தது. யௌதேயர்கள் தங்களது குலதெய்வமாக

கார்த்திகேயப் பெருமானைக் கொண்டிருந்தனர். அதன் காரணமாக அவர்களது நாணயங்களில் முருகனின் உருவத்தைப் பொறித்தனர்.

இவர்கள் வெளியிட்ட முதல் வகை நாணயங்கள் சிறியதாக வெளியிட்டவர்களின் பெயர் பொறிக்கப்படாமல் அச்சடிக்கப்பட்டன. வட்ட வடிவமான இந்த நாணயங்களில் வேலியிட்ட மரம், சூரிய, சந்திரர்கள் போன்ற சின்னங்கள் இருந்தன. பிராமி எழுத்துருவில் ‘மஹாராஜஸ’ என்று பொறிக்கப்பட்டிருந்தது. யௌதேயர்களின் நாணயங்கள் மற்ற நாணயங்களுடன் கிடைத்ததால் இவை யௌதேயர்களின் நாணயங்கள் என்று ஜான் ஆலன் போன்ற ஆய்வாளர்களால் கருதப்படுகிறது.

இரண்டாவது வகை நாணயங்கள் பெரும்பாலும் செம்பு நாணயங்கள். அவற்றில் ஒருபுறம் யானையின் உருவம் உள்ளது. அருகில் நந்திபாதம் பொறிக்கப்பட்டுள்ளது. நாணயத்தின் மறுபுறம் யூபத்தூணின் முன் நிற்கும் காளையின் உருவம் உள்ளது. காளையின் மேற்புறம் யௌதேய(ம்) என்று எழுதப்பட்டுள்ளது. அதன் முன் ‘க்ருபுதனப’, ‘பூபதனுஷ’, ‘பூமிதனுஷ’, ‘பஹுதனாகே’ என்று பல்வேறு வார்த்தைகள் வேறு வேறு நாணயங்களில் பொறிக்கப்பட்டுள்ளன. இவையெல்லாம் யௌதேயர்களின் நாட்டின் பல்வேறு பகுதிகள் என்று ஆய்வாளர்கள் கருதுகின்றனர். யௌதேயர்களின் மூன்றாவது வகை நாணயங்கள் வெள்ளியால் ஆனவை. இதன் ஒருபுறம் ஆறுமுகங்கள் கொண்ட கார்த்திகேயரும் மறுபுறம் தாமரையில் அமர்ந்திருக்கும் லக்ஷ்மிதேவியும் உள்ளனர்.

நாணயத்தில் பிராமி எழுத்துருவில் 'பாகவத ஸ்வாமினோ ப்ரஹ்மண்ய யௌதேய' என்று எழுதப்பட்டிருக்கிறது.

இதே போன்ற பல செம்பு நாணயங்களையும் யௌதேயர்கள் வெளியிட்டிருக்கின்றனர்.

'யௌதேய பாகவத ஸ்வாமினோ ப்ரஹ்மண்ய(ச)' என்று பொறிக்கப்பட்ட நாணயங்கள் அவை. இன்னும் சில நாணயங்களில்

'பாகவத ஸ்வாமினோ ப்ரஹ்மண்ய தேவஸ்ய குமாரஸ்ய' என்று எழுதப்பட்டிருக்கிறது. இந்த வகை நாணயங்களில் சிலவற்றின் மறுபுறம் லக்ஷ்மிதேவிக்குப் பதிலாக ஒரு கோவிலின் முன்பு நிற்கும் மானின் உருவம் உள்ளது. இது எதன் குறியீடு என்பது ஆய்வுக்குரியது.

யௌதேயர்களின் நான்காம் வகை நாணயங்களில் ஒருபுறம் மலையும் நாகமும் காணப்படுகின்றன. இவற்றிற்கு இடையில் 'பானுவ' என்று தொடங்கும் வார்த்தை உள்ளது. அதன் சில எழுத்துகள் சிதைந்துள்ளன. மறுபுறம் திரிசூலச் சின்னம் காணப்படுகிறது.

ஐந்தாம் வகை நாணயங்களில் காளையும் அதன் மேல் யௌதேய(ம்) என்ற எழுத்துப்பொறிப்பும் உள்ளன. ஆறாம் வகை நாணயங்களில் ஒருபுறம் ஸ்கந்தர் தனது மயில் வாகனத்தோடு காட்சியளிக்கிறார். மறுபுறம் லக்ஷ்மிதேவியின் திருவுருவம் உள்ளது. அருகில் 'யௌதேயகணஸ்ய ஜெய' என்று பிராமியில் எழுதப்பட்டுள்ளது.

ஔதும்பரர்கள்

மேற்கு இமயமலைப் பகுதியில் தற்போதைய பஞ்சாபின் வடக்கில் ஆட்சி செய்தவர்கள் ஔதும்பரர்கள் ஆவர். பொயுமு முதல் நூற்றாண்டிலிருந்து ஆட்சி செய்யத் தொடங்கிய ஔதும்பரர்கள் பல்வேறு விதமான நாணயங்களை வெளியிட்டிருக்கின்றனர். இந்தோ கிரேக்க மன்னனான அப்பல்லோதாதஸின் நாணயங்களைப் பின்பற்றி இவர்களுடைய நாணயங்கள் இருப்பதாக நாணயவியலாளர்கள் கருதுகின்றனர். இவர்கள் வெளியிட்ட முதல் வகை நாணயங்கள் சதுர வடிவமான செம்பு நாணயங்கள். நாணயத்தின் ஒருபுறம் வேலியிட்ட

மரம் உள்ளது. வலதுபுறம் யானை முகம் இருக்கிறது. நாணயத்தின் மறுபுறம் இரண்டு அடுக்குக் கோவில் ஒன்று காணப்படுகிறது. அதன்முன்பு திரிசூலமும் அதில் மழுவும் காணப்படுகின்றன.

ஔதும்பரர்கள் தங்களது அரசர்களின் பெயர்களை நாணயத்தில் பொறித்திருக்கிறார்கள். சிவதாஸ, ருத்ரதாஸ, மஹாதேவ, தாரகோஷ என்பது அந்த அரசர்களின் பெயர்கள். பிராமி எழுத்துருவையும் கரோஷ்டி எழுத்துருவையும் தங்கள் நாணயங்களில் இவர்கள் பயன்படுத்தியிருக்கின்றனர். இந்த வம்சத்தின் அரசரான தாரகோஷர் வெள்ளி நாணயங்களை வெளியிட்டிருக்கிறார். அவையும் மேற்குறிப்பிட்ட பாணியைப் பின்பற்றி அமைந்திருக்கின்றன.

விஸ்வாமித்திர நாணயங்கள்

சில நாணயங்களில் தாடி வைத்து ஆசி வழங்கும் உருவம் ஒன்று பொறிக்கப்பட்டுள்ளது. அருகில் 'விஸ்பமித்ர' என்று எழுத்தப்பட்டதை வைத்து இது விஸ்வாமித்திர முனிவரின் திருவுருவம் என்று கருதப்படுகிறது. விஸ்வாமித்திரருக்கும் ஔதும்பரர்களுக்கும் உள்ள தொடர்பு என்னவென்று தெரியவில்லை. ஆனால் விஸ்வாமித்திரர் உருவம் பொறித்த நாணயங்களை வெளியிட்டவர்கள் ஔதும்பரர்கள் மட்டுமே என்று சொல்லலாம்.

ருத்ரவர்மன் என்ற ஔதும்பர அரசன் வெளியிட்ட வெள்ளி நாணயங்களில் யானையும் மழுவைக் கொண்ட திரிசூலமும் காணப்படுகின்றன.

நாணயங்களில் பிராமியிலும் கரோஷ்டியிலும் 'விஜயயராணா வேமகிஸ ருத்ரவர்மஸ' என்றோ அல்லது 'விஜயகராஜோ வேமகிஸ ருத்ரவர்மஸ' என்றோ எழுதப்பட்டுள்ளது. இந்த நாணயங்களைத் தவிர கார்த்திகேயர் உருவம் பொறித்த நாணயங்களையும் ஔதும்பரர்கள் வெளியிட்டிருக்கின்றனர்.

குனிந்தர்கள்

இமயமலைச் சாரலில் தற்போதைய ஹிமாசலப் பிரதேசத்தையும் உத்தராகண்ட் மாநிலத்தின் பல பகுதிகளையும் கொண்டது குனிந்தர்களின் அரசு பொயுமு 4ம் நூற்றாண்டில் குனிந்தர்களின் அரசு வலுவடைந்திருந்ததாக ஆய்வுகள் தெரிவிக்கின்றன. மகாபாரதம் போன்ற இதிகாசங்களிலும் புராணங்களிலும் குனிந்கர்கள் குற்ப்பிடப்படுகின்றனர். இவர்களது நாணயங்கள் இரு வகைகளைச் சேர்ந்தது. முதலாவது பொயுமு முதல் நூற்றாண்டைச் சேர்ந்தது அடுத்த வகை நாணயங்கள்

பொது 2ம் நூற்றாண்டில் வெளியிடப்பட்டவை. முதல் வகை நாணயங்கள் வெள்ளி, செம்பு போன்ற உலோகங்களைப் பயன்படுத்தி அச்சடிக்கப்பட்டன. இதில் 'அமோகபூதி' என்ற குனிந்தர்களின் ஆரம்ப கால அரசருடைய பெயர் உண்டு. இந்த வகை நாணயங்களில் ஒருபுறம் வலக்கையில் தாமரை மலர் ஏந்திய லக்ஷ்மி தேவி காணப்படுகிறார். அவர் அருகில் ஒரு மான் உள்ளது. நாணயத்தின் பின்புறம் மலைமுகடும் நந்திபாதமும் உள்ளன. அருகில் வேலியிட்ட மரமும் ஸ்வஸ்திக் சின்னங்களும் காணப்படுகின்றன.

நாணயத்தின் முன்புறம் பிராமியில் 'ராஜ்னா குனிம்தஸ அமோகபோதிஸ மஹாராஜஸ' என்று எழுதப்பட்டிருக்கிறது. மறுபுறம் கரோஷ்டியில் மஹாராஜஸ என்று எழுதப்பட்டுள்ளது. இதே போன்ற செம்பு நாணயங்களும் குனிந்தர்களால் வெளியிடப்பட்டன.

சுமார் மூன்று நூற்றாண்டுகள் கழித்து குனிந்தர்கள் மீண்டும் நாணயங்களை வெளியிட்டனர். இந்த நாணயங்களின் ஒருபுறம் ஆறு, வேலியிட்ட மரம், மான் போன்றவை உள்ளன.

மறுபுறம் சிவபெருமான் திரிசூலம் ஏந்தி காணப்படுகிறார். அருகில் 'பாகவதோ சத்ரேஸ்வர மகாதன' என்று எழுதப்பட்டிருக்கிறது. இவற்றைத் தவிர 'ராஜா விருஷ்ணி' என்ற பெயர் பொறிக்கப்பட்ட நாணயமும் ஔதும்பரர்களுடையது என்று கன்னிங்ஹாம் கருதுகிறார். இவ்வகை நாணயங்களில் பாதி சிங்கமும் பாதி யானை உடலும் கொண்ட ஒரு மிருகம் பொறிக்கப்பட்டிருக்கிறது. அருகில் வேலியிட்ட மரம் உள்ளது. மறுபுறம் தர்மசக்கரம் காணப்படுகிறது. நாணயத்தின் இருபுறமும் 'வ்ருஷ்ணி ராஜ ஞாகண்யஸ்ய பூபரஸ்ய' என்று முறையே பிராமியிலும் கரோஷ்டியிலும் எழுதப்பட்டுள்ளது.

புஷ்கலாவதி நாணயம்

இந்தக் காலகட்டத்தில் பல நகர அரசுகளும் தோன்றி சிறிய பகுதிகளை ஆட்சி செய்தன. அவற்றில் ஒன்று புஷ்கலாவதி என்ற நகரத்தை ஆட்சி செய்த அரசு. இது காந்தாரத்திற்கு அருகில் இருந்தது. இது போன்ற நகரங்களை ஆட்சி செய்யும் பொறுப்பு கடவுளர்களிடம் ஒப்படைக்கப்பட்டதாக, அதாவது கடவுளின் பெயரால் ஆட்சி செய்யப்பட்டதாகக் கூறப்படுகிறது. சுமார் 56 கிரெயின்ஸ் அளவு கொண்ட சிறிய தங்க நாணயங்களை அந்த அரசு வெளியிட்டிருக்கிறது.

இந்த நாணயத்தின் ஒருபுறம் மகுடம் அணிந்த தேவி நின்றுகொண்டிருக்கிறார். அருகில் 'புஷ்கலாவதி தேவதை அம்பா' என்று பொறிக்கப்பட்டிருக்கிறது. மறுபுறம் திமில் உள்ள காளையின் உருவம் உள்ளது. அருகில் 'ரிஷபம்' என்று பொறிக்கப்பட்டிருக்கிறது.

குப்தர்கள் காலத்திற்குப் பிந்தைய நாணயங்கள்

குப்தப் பேரரசு வீழ்ச்சியடைந்த பிறகு வங்காளத்தை ஆட்சி செய்த சமரச்சதேவர் என்பவர் தங்க நாணயங்களை

வெளியிட்டிருக்கிறார். இவர் எந்த வம்சத்தவர் என்பது சரிவரத் தெரியவில்லை. இந்த நாணயங்களின் ஒருபுறம் வில்லேந்தி நிற்கும் அரசரின் உருவம் குப்தர்கள் நாணயங்களைப் பின்பற்றி உருவாக்கப்பட்டுள்ளது. மறுபுறம் காளைச்சின்னம் பொறித்த கொடி உள்ளது. சில நாணயங்களில் தாமரை மலர் ஏந்தி நிற்கும் லக்ஷ்மி தேவியின் உருவமும் காணப்படுகிறது.

குப்தர்களுக்குப் பிறகு வட இந்தியாவில் ஒரு முக்கியமான அரசாக உருவெடுத்தது தானேஸ்வரத்தைத் தலைநகராகக் கொண்ட வர்த்தனர்களின் அரசு. இதில் வந்த ஹர்ஷவர்த்தனர் மாற்றுக் குறைந்த தங்க நாணயங்களை வெளியிட்டிருக்கிறார். இதில் ஒருபுறம் சிவபெருமான் காளை வாகனத்தோடும் மறுபுறம் லக்ஷ்மி தேவி காட்சியளிக்கிறார்.

ஹர்ஷவர்த்தனரின் இன்னொரு நாணயத்தில் ஒருபுறம் அவரது தலையளவு உருவம் உள்ளது. மறுபுறம் மயிலின் உருவம் உள்ளது.

ஹர்ஷவர்த்தனர் வெளியிட்ட இன்னொரு நாணயத்தில் சிவனும் பார்வதியும் அமர்ந்திருக்கும் காட்சி உள்ளது.

பால வம்சத்தைச் சேர்ந்த தேவ பாலர் என்பவர் வெளியிட்டிருக்கும் நாணயத்தில் ஒருபுறம் வில்லும் அம்பும் ஏந்திய மன்னரின் உருவமும் மறுபுறம் லக்ஷ்மி தேவியின் உருவமும் உள்ளன.

இந்தோ சசானியர்களின் நாணயங்களைப் பின்பற்றி மாற்றுக்குறைந்த வெள்ளி நாணயங்கள் பல அரசுகளால் வெளியிடப்பட்டன. இவற்றில் ஒருபுறம் மார்பளவு உருவமும் மறுபுறம் நெருப்புப் பீடமும் காணப்படுகின்றன. இந்த நாணயங்களுக்கு டிரம்மாக்கள் என்ற பெயர் இருந்தது. நாடு முழுவதும் இவ்வகை நாணயங்கள் செலவாணியில் இருந்தது என்பதை இந்த நாணயங்களைக் குறிக்கும் சோழர் கல்வெட்டுகள் நமக்கு உணர்த்துகின்றன.

பொயு 11ம் நூற்றாண்டில் மகாராஷ்டிரத்தை ஆட்சி செய்த காலச்சூரி வம்சத்தினர் தங்க நாணயங்களை வெளியிட்டிருக்கின்றனர். இந்த நாணயங்களில் ஒருபுறம் லக்ஷ்மிதேவி தன் இரு கரங்களிலும் தாமரை மலர்களை ஏந்திக் காட்சியளிக்கிறார். மறுபுறம் 'ஶ்ரீமத் காங்கேய தேவா' என்று நாகரியில் பொறிக்கப்பட்டுள்ளது. இதுபோன்ற நாணயங்கள் வெள்ளியிலும் செம்பிலும் கிடைக்கின்றன. இந்த வம்சத்தைச் சேர்ந்தவர்கள் வெளியிட்ட இன்னொரு வகை நாணயங்களில் ஒருபுறம் சிங்கம் யானையைத் தாக்கும் காட்சி சித்தரிக்கப்பட்டுள்ளது. மறுபுறம் காங்கேய தேவரின் பெயர் நாகரி எழுத்துகளில் பொறிக்கப்பட்டுள்ளது.

அதே காலகட்டத்தில் பஸ்தர் பகுதியை ஆட்சி செய்த நாகர்கள் அச்சடித்து வெளியிட்ட நாணயங்களில் ஒருபுறம் அவர்களின் சின்னமான புலி காணப்படுகிறது. அதற்குக் கீழே கத்தியும் மேலே பிறைச்சந்திரன் உருவமும் உள்ளன. மறுபுறம் அரசர்களின் பெயர்கள் பொறிக்கப்பட்டுள்ளன.

உத்தரப் பிரதேசத்தில் கிடைத்த பல நாணயங்களில் விஷ்ணுவின் அவதாரமான வராக மூர்த்தியின் உருவம் பொறிக்கப்பட்டிருக்கிறது. அருகில் 'ஶ்ரீமத் ஆதிவராஹ' என்ற பெயர் எழுதப்பட்டிருக்கிறது. இவற்றை பிரதிஹார வம்சத்தைச் சேர்ந்த முதலாம் போஜர் வெளியிட்டிருக்கிறார் என்று ஆய்வாளர் குப்தா கருதுகிறார்.

9

பிற்காலச் சோழர் நாணயங்கள்

சங்க காலச் சோழர் காசுகள் அதிக அளவில் கிடைக்கவில்லை என்ற போதிலும் இடைக்காலத்தில் ஆட்சி செய்த சோழர்களின் பல காசுகள் கிடைத்துள்ளன. விஜயாலய சோழனால் புத்துயிர் கிடைக்கப்பெற்ற இடைக்காலச் சோழர்கள் பல்லவ, பாண்டிய அரசுகளை வென்று மீண்டெழுந்தனர். பொயு 9ம் நூற்றாண்டில் சோழர்களின் ஆதிக்கத்தை நிலைநிறுத்தியதில் விஜயாலயனின் மகனான ஆதித்த சோழனுக்கும் அவனுடைய மகன் பராந்தக சோழனுக்கும் பெரும்பங்கு உண்டு. பராந்தக சோழனின் இறுதிக்காலத்தில் தமிழகத்தின் வட பகுதியை ராஷ்ட்ரகூடர்கள் ஆக்கிரமித்துக்கொண்டனர். அதன்பின், இரண்டாம் பராந்தகன் என்று அழைக்கப்பட்ட சுந்தர சோழன் காலத்தில் அந்தப் பகுதி மீட்கப்பட்டது.

ராஜராஜசோழன் காலத்திலும் ராஜேந்திர சோழன் காலத்தில் சோழப் பேரரசு உன்னத நிலையை அடைந்தது. நாட்டை விரிவாக்குவதில் மட்டுமல்லாது பொருளாதார வளர்ச்சியிலும் இந்தச் சோழ அரசர்கள் பெரும் கவனம் செலுத்தினர். வர்த்தகம் பெருமளவில் வளர்ச்சியடைந்தது. தூரக் கிழக்கு நாடுகளிலெல்லாம் சோழ நாட்டைச் சேர்ந்த வணிகர்கள் வர்த்தகத்தில் ஈடுபட்டனர். ஆகவே காசுகளும் அதிக அளவில் அச்சடிக்கப்பட்டன. இக்காலத்தில் பொன், வெள்ளி, செம்பு ஆகிய உலோகங்களைக் கொண்ட நாணயங்கள் புழக்கத்தில் இருந்தன. இடைக்காலச் சோழர்கள்

வெளியிட்ட நாணயங்களை அவர்களது கல்வெட்டுகள் ‘மாடை’ என்று அழைக்கின்றன. அவற்றை வெளியிட்ட அரசர்களையும் சேர்த்து அவை ‘ராஜராஜன் மாடை’, ‘ராஜேந்திரன் மாடை’ என்று அழைக்கப்பட்டன.

சோழர்கள் காலத்தில் வெளியிடப்பட்ட காசுகளில் தற்போது கிடைத்த ஆகப் பழைய நாணயம் உத்தம சோழன் காலத்தில் வெளியிடப்பட்டது. இந்த நாணயத்தின் ஒருபுறம் புலியும் மீனும் காணப்படுகின்றன. அவற்றைச் சுற்றி ‘மதுராந்தகன்’ என்று கிரந்த எழுத்துருவில் எழுதப்பட்டுள்ளது. மதுராந்தக உத்தம சோழன் என்று பெயர்பெற்ற ராஜராஜ சோழனின் சிற்றப்பா ஆட்சி செய்த காலத்தில் இந்த நாணயங்கள் வெளியிடப்பட்டிருக்கின்றன. இது தங்க நாணயமாகும். இந்த நாணயங்கள் ‘மதுராந்தகன் மாடை’ என்று அழைக்கப்பட்டன.

உத்தம சோழன் வெளியிட்ட இன்னொரு வகை தங்க நாணயங்களில் ‘உத்தம சோளந்’ என்று கிரந்த எழுத்துப் பொறிப்புக் காணப்படுகிறது. இதிலும் புலி, மீன் ஆகியவை காணப்படுகின்றன.

போலவே ‘உத்தமசோள’ என்று நாகரி எழுத்துகள் உள்ள வேறொரு வகை நாணயமும் உண்டு. இவ்வகை நாணயங்களில் உட்கார்ந்திருக்கும் புலி, மீன், வில் ஆகிய சின்னங்கள் காணப்படுகின்றன. தமிழகத்தின் மற்ற இரு அரசுகளையும் சோழர்கள் வென்றதைக் குறிக்கும் வகையில் அவர்களது சின்னங்கள் இந்த நாணயங்களில் உள்ளன. அவற்றிற்கு மேலே அரசு அதிகாரத்தைக் குறிக்கும் வகையில் குடையும் சாமரமும் பொறிக்கப்பட்டிருக்கின்றன.

அடுத்ததாக ஆட்சிக்கு வந்த முதலாம் ராஜராஜ சோழன் தன்னுடைய ஆட்சிக்காலத்தில் பன்னிரண்டு வகையான நாணயங்களை வெளியிட்டிருக்கிறான். உத்தம சோழன் காலத்து நாணயங்களிலிருந்து திருத்தி வெளியிடப்பட்ட ராஜராஜனுடைய நாணயங்களில் பாண்டியர்களுடைய சின்னமான இரட்டைக் கயல் இடம்பெற்றிருக்கிறது. போலவே குடையும் இரு சாமரங்களும் ராஜராஜன் நாணயங்களில் காணப்படுகின்றன.

ராஜராஜசோழன் வெளியிட்ட தங்க நாணயம்

தன்னுடைய உருவத்தையும் நாணயங்களில் பொறித்து, சோழர் நாணயங்களில் முதன் முதலாக உருவத்தைப் பொறித்த அரசன் என்ற பெருமையை அடைந்தவன் ராஜராஜ சோழன். ஆனால் சில ஆய்வாளர்கள், இது ராஜராஜ சோழனின் உருவம் அல்ல, ஏதோ ஒரு தெய்வத்தின் உருவம் என்றும் கூறுகின்றனர். தான் ஆட்சி செய்த மூன்று பிரதேசங்களிலும், அதாவது சோழ நாடு, சேர நாடு, பாண்டிய நாடு ஆகிய மூன்று இடங்களிலும் மூன்று விதமான நாணயங்களை ராஜராஜ சோழன் புழக்கத்தில் வெளியிட்டிருக்கிறான். சோழ நாட்டில் புலி உருவம் பொறித்த நாணயங்களையும் சேர நாட்டில் திருவடி பொறித்த நாணயங்களையும் பாண்டிய நாட்டில் மீன் உருவம் பொறித்த நாணயங்களையும் வெளியிட்டுப் புதுமை செய்த மன்னன் ராஜராஜன். போலவே சாளுக்கிய நாட்டில் தான் கைப்பற்றிய பிரதேசங்களில் வராக உருவம் பொறித்த நாணயங்களையும் அச்சடித்து வெளியிட்ட பெருமை ராஜராஜனுக்கு உண்டு.

ராஜராஜசோழனின் வெள்ளி நாணயம்

ராஜராஜன் வெளியிட்ட நாணயங்களில் சிலவற்றில் புலி, மீன், இரட்டைக் கயல் ஆகியவை இடம்பெற்றுள்ளன. கீழே தேவநாகரி எழுத்துருவில் 'ஸ்ரீராஜராஜ' என்று எழுதப்பட்டிருக்கிறது. இன்னொரு வகை நாணயத்தின் முன்புறம் நின்று கொண்டிருக்கும் மனித உருவமும் பின்புறம் அமர்ந்திருக்கும் மனித உருவமும் உள்ளன. இதிலும் நாகரி எழுத்துருவில் 'ஸ்ரீராஜராஜ' என்று எழுதப்பட்டிருக்கிறது.

வேறு சில நாணயங்களில் முன்புறம் நின்று கொண்டிருக்கும் உருவமும் அதன் கீழே புலிச்சின்னமும் உள்ளன. நாணயத்தின் பின்புறம் மனித உருவம் காணப்படுகிறது. இது சோழ நாட்டில் வெளியிடப்பட்ட நாணயங்களாகும். இதில் புலியின் உருவத்திற்குப் பதிலாக மீன் உருவம் காணப்பட்டால் அவை பாண்டிய நாட்டில் வெளியிடப்பட்டவை என்று கருதலாம். மாறாக பாதம், வில் ஆகிவை காணப்பட்டால் அவை சேரநாட்டில் வெளியிடப்பட்ட நாணயங்களாகும். ராஜராஜன் வெளியிட்ட நாணயங்களில் சிலவற்றில் புலி, இரட்டைக் கயல், வில் ஆகியவை நடுவில் உள்ளன. விளிம்பில் மலநாடு கொண்ட சோளந் என்று எழுதபப்ட்டிருக்கிறது. இவையெல்லாம் தங்க நாணயங்களாகும்.

இந்த நாணயங்களைத் தவிர 'ரவிகுலமாணிக்கம்' என்ற ராஜராஜனின் பெயர் பொறித்த நாணயங்கள் சில கிடைத்துள்ளன. வெள்ளி நாணயங்களான இவற்றில் கிரந்த எழுத்துகளில் ராஜராஜனுடைய இந்தச் சிறப்புப் பெயர் எழுதப்பட்டுள்ளது. முரளிதரனாக கிருஷ்ணர் காட்சியளிக்கும் சில வகை நாணயங்களும் ராஜராஜன் காலத்தைச் சேர்ந்தவையாகக் கருதப்படுகின்றன. இந்த

வகை நாணயங்களின் மறுபுறம் அமர்ந்திருக்கும் மனித உருவம் உள்ளது. அதற்குக் கீழே நாகரியில் 'ஸ்ரீராஜராஜ' என்று எழுதப்பட்டுள்ளது.

ராஜராஜனின் மகனான முதலாம் ராஜேந்திர சோழன் ஆறு வகையான காசுகளை வெளியிட்டிருக்கிறான்.

ராஜேந்திர சோழனின் நாணயம்

இவற்றில் நான்கு வகையில் நாகரி எழுத்துகளும் இரண்டில் கிரந்த எழுத்துகளும் உள்ளன. ஆந்திர மாநிலம் தவளேஸ்வரத்தில் கிடைத்த நாணயக் குவியலில் 'கங்கை கொண்ட சோழன்' என்று கிரந்தத்தில் எழுதப்பட்ட இவனது பொன் நாணயங்கள் கிடைத்திருக்கின்றன. இன்னொரு வகையான தங்க நாணயத்தில் 'முடிகொண்ட சோள' என்ற கிரந்த எழுத்துப் பொறிப்பு உள்ளது. அதுவும் ராஜேந்திரனின் காலத்தைய நாணயம்தான். ராஜேந்திரன் வெளியிட்ட நாணயங்களின் ஒருபுறம் புலி, இரட்டைக் கயல், வில் ஆகிய சின்னங்கள் உள்ளன. கீழே 'ஸ்ரீராஜேந்திர' என்று எழுதப்பட்டிருக்கிறது.

ராஜேந்திர சோழனின் நாணயம்

சில நாணயங்களில் மேற்குறிப்பிட்ட சின்னங்களோடு மங்கலச் சின்னங்களான விளக்கு, குடை, சாமரங்கள் ஆகியவை உள்ளன. அவற்றிற்குக் கீழே நாகரி எழுத்துருவில் 'ஸ்ரீராஜராஜேந்த்ர' என்று எழுதப்பட்டுள்ளது.

ராஜேந்திரனுக்கு அடுத்ததாக அவனது மகனான ராஜாதிராஜன் ஆட்சிக்கு வந்தான். அந்த அரசன் வெளியிட்ட நாணயங்களில் ஒன்று கிடைத்திருக்கிறது.

அந்த நாணயத்தின் ஒருபுறம் நின்ற நிலையில் உள்ள ஒரு மனித உருவமும் அருகில் 'ஸ்ரீராஜாதிராஜ' என்ற எழுத்துப் பொறிப்பும் உள்ளன. மறுபுறம் உட்கார்ந்திருக்கும் புலியின் எதிராக ஓர் உருவம் அமர்ந்த நிலையில் உள்ளது. இது ஒரு தங்க நாணயமாகும். கர்நாடக மாநிலத்தின் கிடைத்த சில வெள்ளி நாணயங்களிலும் 'ராஜாதிராஜ' என்று எழுதப்பட்டுள்ளது. அவையும் இந்த அரசன் வெளியிட்டதாகக் கருதப்படுகிறது.

அதிராஜேந்திரனோடு விஜயாலயன் வம்சத்து அரசர்களின் ஆட்சி முடிவடைந்த நிலையில் சோழ அரியணையில் அமரநதவன் குலோத்துங்க சோழன். சாளுக்கிய இளவரசனான குலோத்துங்கன், ராஜேந்திர சோழனின் மகள் வயிற்றுப் பேரன். இரண்டாம் ராஜேந்திர சோழனின் மகளான மதுராந்தகியை மணந்தவன். இவனுடைய தகுதியைக் கருதி அமைச்சர்களும் மற்ற பெருந்தரத்து அதிகாரிகளும் இவனை சோழ அரசனாக்க முடிவு செய்து ஆட்சிபீடத்தில் அமர்த்தினர். மூன்று வகை நாணயங்களை குலோத்துங்கன் வெளியிட்டிருக்கிறான். முதல் வகை

நாணயங்களில் சோழர்களின் சின்னமான புலியும் இரட்டைக் கயலும் இடம்பெறுகின்றன.

இந்த நாணயங்களில் 'சுங்க' என்று தமிழில் எழுதப்பட்டுள்ளது. முதலாம் குலோத்துங்கன் 'சுங்கம் தவிர்த்த சோழன்' என்ற சிறப்புப் பெயரைக் கொண்டதன் அடையாளமாக இந்த நாணயங்களில் 'சுங்க' என்று எழுதப்பட்டுள்ளது. இந்த வகை நாணயங்களில் 27, 31, 34 ஆகிய எண்கள் காணப்படுகின்றன. கல்வெட்டுகளில் காணப்படுவது போல, நாணயங்களிலும் தனது ஆட்சியாண்டுகளைக் குலோத்துங்கன் பொறித்திருக்கலாம். இப்படி ஆட்சியாண்டுகளைக் காசுகளில் பொறிக்கும் வழக்கத்தைக் கீழைச்சாளுக்கியர்கள் கொண்டிருந்தனர். கீழைச்சாளுக்கிய மன்னன் ராஜராஜ நரேந்திரனின் நாணயங்களிலும் ஆந்திராவில் வெளியிடப்பட்ட முதலாம் ராஜேந்திர சோழனின் நாணயங்களிலும் ஆட்சியாண்டுகள் காணப்படுகின்றன.

மற்ற இருவகை நாணயங்களில் ஒன்றில் 'காஞ்சி' என்றும் இன்னொன்றில் 'நெ' என்ற எழுத்தும் காணப்படுகின்றன. 'காஞ்சியிருக்கக் கலிங்கம் குலைந்த களப்போர் பாடத்திறமினோ' என்று குலோத்துங்கனின் அவைப்புலவர் ஜெயங்கொண்டார் கலிங்கத்துப்பரணியில் அவன் சிறப்பைப் பாடியிருக்கிறார். அப்படிக் குலோத்துங்கன் காஞ்சியில் தங்கியிருக்கும்போது வெளியிட்ட நாணயமே 'காஞ்சி' என்ற பெயருடைய நாணயம் என்று கருதலாம். 'நெ' என்ற எழுத்துப் பொறிப்புள்ள நாணயம் நெல்லூரிலிருந்து வெளியிடப்பட்டிருக்கிறது. எந்த இடத்திலிருந்து நாணயம் வெளியிடப்பட்டது என்பதைக் குறிப்பிட்டுப் பெருமை சேர்த்தவன் குலோத்துங்க சோழன். இந்த நாணயங்கள் எல்லாம் தங்க நாணயங்களாகும்.

10

பிற்காலப் பாண்டியர் காசுகள்

சங்க காலத்தில் ஆட்சி செய்த பாண்டியர்கள் வெளியிட்ட நாணயங்களைப் பற்றிப் பார்த்தோம். சங்க காலத்திற்குப் பிறகு தமிழகத்தைக் களப்பிரர்கள் ஆக்கிரமித்துக் கொண்டு சுமார் மூன்று நூற்றாண்டுகள் ஆட்சி செய்தனர். பொயு ஆறாம் நூற்றாண்டில், களப்பிரர்களை வென்று பல்லவ, பாண்டிய அரசுகள் தலையெடுத்தன. மதுரையை ஆண்ட களப்பிரர்களை வென்றவன் பாண்டியன் கடுங்கோன். அவனைத் தொடர்ந்து ஆட்சி செய்த மன்னர்கள் இடைக்காலப் பாண்டியர்கள் என்று அழைக்கப்படுகின்றனர். அவர்களும் நாணயங்களை வெளியிட்டிருக்கின்றனர். ‘கழஞ்சு’ என்று இடைக்காலப் பாண்டியர்களின் கல்வெட்டுகளில் குறிப்பிடப்படும் இந்த நாணயங்கள் அதிகமாகக் கிடைக்கப்பெறவில்லை. திருப்பத்தூரில் உள்ள கல்வெட்டு ஒன்று கோவில் நடைமுறைகளுக்காக நாற்பது கழஞ்சுகள் நன்கொடையாக வழங்கப்பட்டதைக் குறிப்பிடுகிறது. இந்தக் கல்வெட்டு தமிழிலும் சம்ஸ்கிருதத்திலும் அமைந்துள்ளது. தமிழ்ப்பகுதியில் நாற்பது கழஞ்சு என்றும் சமஸ்கிருதப் பகுதியில் நாற்பது ‘க்ரிஷ்ண காசன்’ என்றும் கல்வெட்டில் கூறியுள்ளதை வைத்து கழஞ்சு என்ற நாணயம் சமஸ்கிருதத்தில் ‘க்ருஷ்ண காச’ என்று வழங்கியுள்ளதாக ஆய்வாளர்கள் கருதுகின்றனர்.

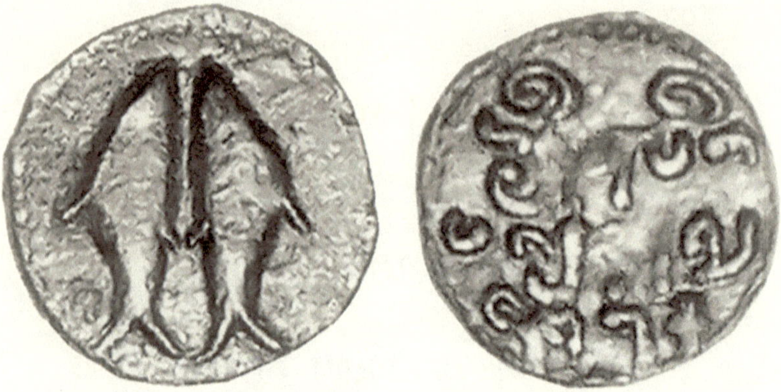

அக்காலகட்டத்திலிருந்து கிடைக்கும் நாணயங்களில் ஒன்று 'அவனிபசேகரன் கோளக' என்று தமிழில் எழுதப்பட்ட நாணயம். இதன் மறுபுறம் உள்ள இரட்டைக் கயல்களின் பொறிப்பு இது பாண்டியர் நாணயம் என்பதைத் தெளிவாக்குகிறது. 'அவனிபசேகரன்' என்பது பாண்டிய மன்னன் ஸ்ரீமாறன் ஸ்ரீவல்லபன் சிறப்புப் பெயர்களில் ஒன்று. இந்த அரசன் பொயு 9ம் நூற்றாண்டில் ஆட்சி செய்தவன். சித்தன்னவாசலில் உள்ள ஸ்ரீவல்லபனின் கல்வெட்டு,

'பார்முழுதாண்ட பஞ்சவர் குலமுத
லார்கெழு வைவேல் அவநீப சேகரன்
சீர்கெழு செங்கோல் சிரீவல்லவன்'

என்று இந்த மன்னனைச் சிறப்பிக்கிறது. இதிலுள்ள அவனிபசேகரன் என்ற பெயரைக் கொண்டே இந்த நாணயம் ஸ்ரீவல்லபனால் வெளியிடப்பட்டது என்று அறிஞர்கள் கருதுகின்றனர். நாணயத்தில் உள்ள கோளக என்ற வார்த்தை, குளிகையைக் குறிக்கும் என்று திரு நாகசாமி குறிப்பிடுகிறார். குளிகை என்பதற்கு உலோகத் தகடு என்றும் பெயர். ஆகவே இந்த நாணயம் உலோகத் தகட்டினால் ஆனது என்பதாகக் கொள்ளலாம். இது ஒரு செப்புக் காசு ஆகும்.

ஸ்ரீவல்லபனுக்குப் பிறகு ஆட்சி செய்தவன் அவனுடைய மகனான இரண்டாம் வரகுண பாண்டியன். அந்த அரசன் வெளியிட்ட தங்க நாணயத்தில் ஒருபுறம் 'ஸ்ரீவரகுண' என்று பொறிக்கப்பட்டுள்ளது.

மறுபுறம் இரட்டைக் கயல்களின் சின்னம் உள்ளது. வட்ட வடிவமான இந்த நாணயத்தில் எழுத்துகள் தெளிவாகப் பொறிக்கப்பட்டுள்ளன.

இரண்டாம் வரகுணன் திரும்புறம்பியத்தில் சோழ - பல்லவ அரசர்களால் தோற்கடிக்கப்பட்ட பிறகு இடைக்காலப் பாண்டியர்களின் அரசு வீழ்ச்சியைச் சந்தித்தது. குலோத்துங்க சோழன் காலத்தில், பாண்டிய அரசர்கள் சோழர்களின் சிற்றரசர்களாக ஆட்சி செய்தனர். அக்காலகட்டத்தில் வீரபாண்டியன் என்ற பெயரில் சில மன்னர்கள் ஆண்டனர். அவர்களில் ஒரு வீரபாண்டியன் வெளியிட்ட சில செப்புக் காசுகள் கிடைத்திருக்கின்றன.

அதில் ஒருபுறம் நின்றவடிவில் மன்னனின் உருவம் உள்ளது. மறுபக்கத்தில் இரட்டைக் கயல் சின்னத்தோடு செண்டு காணப்படுகிறது. அதன் மேல் 'வீரபாண்டிய' என்று எழுதப்பட்டுள்ளது. பாண்டியர்களின் இரட்டைக் கயலின் நடுவே செண்டு பொறிக்கும் வழக்கம் இந்த மன்னன் காலத்தில் தொடங்கியிருக்கக் கூடும். மூன்றாம் குலோத்துங்கனின் சமகாலத்தவனான ஜடாவர்மன் குலசேகர பாண்டியன், 'பூதலவனிதை' என்று தொடங்கும் இவனது மெய்க்கீர்த்தி,

> 'வஞ்சினம் கூறும் மதகளிறு நடாத்தி
> வெஞ்சின வேங்கை வில்லுடன் ஒளிப்ப'

என்ற வரிகளைக் கொண்டுள்ளது. பிற்காலப் பாண்டியர்கள் ஆட்சிக்காலத்தில் கிடைத்த நாணயங்கள் ஒன்றில் நாணயத்தின் ஒருபுறம் செண்டோடு கூடிய இரட்டைக் கயல் சின்னமும் அதன் அருகில் வில்லின் மேல் நிற்கும்

புலியும் காணப்படுகிறது. புலியின் முன்னால் ஒரு வாளும் பிறையும் காணப்படுகின்றன. மறுபுறம் கையில் விளக்கோடு நின்ற நிலையில் உள்ள அரசன் ஒருவன் காணப்படுகிறான். நாணயத்தில் பெயர் எதுவும் இல்லாவிட்டாலும், சேரர்களையும் சோழர்களையும் வென்றவனாக மெய்க்கீர்த்தியில் கூறிக்கொள்ளும் ஜடாவர்மன் குலசேகரனின் நாணயம் இது என்று கருதப்படுகிறது. இதைப் போலவே இரட்டைக் கயலும் செண்டும் அருகில் புலி உருவத்தையும் கொண்ட நாணயங்கள் சில கிடைத்துள்ளன. அந்த நாணயங்களிலும் மறுபுறம் அரசன் ஒருவன் நின்ற நிலையில் காணப்படுகிறான். இதுவும் குலசேகரபாண்டியனின் நாணயமாக இருக்கலாம்.

சில காலம், சோழர்களின் ஆட்சியின் கீழ் இருந்தபிறகு பொயு 13ம் நூற்றாண்டில் முதலாம் மாறவர்மன் சுந்தரபாண்டியனின் ஆட்சிக்காலத்தில் மீண்டெழுந்தது. சோழ மன்னனான மூன்றாம் ராஜராஜனைத் தோற்கடித்த மாறவர்மன் சுந்தரபாண்டியன் சோழர் தலைநகரில் வீராபிஷேகமும் விஜயாபிஷேகமும் செய்துகொண்டான். அதன்பின் பாண்டிய நாடு திரும்பும்போது, மூன்றாம் ராஜராஜன் அவனைச் சந்தித்து சோழநாட்டைத் திரும்பத் தருமாறு வேண்டினான். தனது மகனுக்கு சுந்தரபாண்டியனின் பெயரை வைத்திருப்பதாகவும் அவன் தெரிவித்தான். அந்தக் கோரிக்கையை ஏற்று, சோழநாட்டை மீண்டும் மூன்றாம் ராஜராஜனிடம் ஒப்படைத்த சுந்தரபாண்டியன் அவனை பாண்டியர்களுக்கு அடங்கி ஆட்சி செய்துவருமாறு கூறினான்.

மாறவர்மன் சுந்தரபாண்டியனின் நாணயம்

இந்த நிகழ்வை விவரிக்கும் அவனது மெய்க்கீர்த்தி, சுந்தரபாண்டியனை 'சோணாடு கொண்டருளிய சுந்தரபாண்டியன்' என்று அழைக்கிறது. இந்த வெற்றியைக் கொண்டாடும் விதமாக சோணாடு கொண்டான் என்ற பெயரில் செம்பாலான நாணயத்தை மாறவர்மன் சுந்தரபாண்டியன் வெளியிட்டான்.

சோணாடு கொண்டான் நாணயம்

பொயு 1220ம் ஆண்டு வாக்கில் வெளியிட்ட இந்த நாணயத்தின் ஒருபுறம் சோணாடு கொண்டான் என்று தமிழ் எழுத்துகளில் பொறிக்கப்பட்டுள்ளது. நாணயத்தின் பின்புறம் மனித உருவம் ஒன்று காணப்படுகிறது. இது சுந்தரபாண்டியனின் உருவம் என்று கருதப்படுகிறது.

முதலாம் மாறவர்மன் சுந்தரபாண்டியன் அடைந்த இந்த வெற்றி நீண்ட நாள் நீடிக்கவில்லை. ஹொய்சாளர்களின் இடையூறு காரணமாக விரைவில் சோழ நாடு சுதந்திரம் பெற்றது. மூன்றாம் ராஜராஜ சோழனுக்கு அடுத்து ஆட்சிக்கு வந்த மூன்றாம் ராஜேந்திரன், பாண்டிய அரசனான இரண்டாம் மாறவர்மன் சுந்தரபாண்டியனைத் தோற்கடித்தான். ஆனால் அதன் பின் பாண்டிய அரியணையில் ஏறிய ஜடாவர்மன் சுந்தரபாண்டியன், சோழநாட்டின் மீது படையெடுத்து மூன்றாம் ராஜேந்திரனைத் தோற்கடித்து சோழர்களின் ஆட்சியை முடிவுக்குக் கொண்டுவந்தான்.

வடக்கு நோக்கி தன் படையைச் செலுத்திய சுந்தரபாண்டியன், காஞ்சிபுரத்தை ஆட்சி செய்த

தெலுங்குச் சோழ மன்னனான விஜயகண்ட கோபாலனை வென்றான். அதன் காரணமாக 'கச்சி வழங்கும் பெருமாள்' என்று அழைக்கப்பட்டான். அதன்பின் நெல்லூர் வரை சென்று அங்கே ஆட்சி செய்து கொண்டிருந்த காகதீய மன்னனான கணபதியை வென்று அங்கே வீராபிஷேகம் செய்துகொண்டான். அதன் பின் கண்ணனூர் கொப்பம் (சமயபுரம்) என்ற இடத்தில் ஹொய்சாளர்களைத் தோற்கடித்து அவர்களைத் தமிழகத்திலிருந்து துரத்தினான். இப்படிச் செல்லும் இடம் எல்லாம் வெற்றிக் கொடி நாட்டியதால் 'எம்மண்டலமும் கொண்டருளிய பெருமாள்' என்றும் 'எல்லாம் தலையானவன்' என்றும் ஜடாவர்மன் சுந்தரபாண்டியன் அழைக்கப்பட்டான். அதுமட்டுமல்லாமல் சைவர்களின் முக்கியமான கோவிலான தில்லைக்கும் வைணவர்களின் கோவில்களில் சிறப்பாகக் கருதப்படும் ஸ்ரீரங்கத்திற்கும் பொன் வேய்ந்தவன் ஜடாவர்மன். அதனால் 'பொன்வேய்ந்த பெருமாள்' என்றும் அழைக்கப்பட்டான்.

அவன் பல நாணயங்களை வெளியிட்டிருக்கிறான். அவற்றில் ஒன்று 'கச்சி வழங்கும் பெருமாள்' என்ற நாணயம். சுந்தரபாண்டியன் காஞ்சியை வென்றதன் அடையாளமாக வெளியிடப்பட்ட இந்தச் செப்பு நாணயத்தில் தமிழ் எழுத்துகளால் 'கச்சி வழங்கும் பெருமாள்' என்று நான்கு வரிகளில் எழுதப்பட்டுள்ளது. நாணயத்தின் மறுபுறம் இரண்டு மீன்களும் பிறை, அங்குசம், சூலம் ஆகியவையும் உள்ளன.

கச்சிவழங்கும் பெருமாள் நாணயம்

ஜடாவர்மனின் மற்றொரு நாணயத்தில் 'எல்லாம் தலையானான்' என்று எழுதப்பட்டுள்ளது. ஐந்து வகையான இந்தக் காசுகளில் முதலாம் வகையில்

‘எல்லாம் தலையானான்’ என்பது மூன்று வரிகளில் உள்ளது. இரண்டாம் வகையில் நடுவில் மீனின் உருவம் உள்ளது. அதன் இரண்டு புறமும் விளக்குகள் உள்ளன. அதனைச் சுற்றி ‘எல்லாம் தலையானான்’ என்று எழுதப்பட்டிருக்கிறது. மூன்றாம் வகையில் இரட்டைக் கயல்கள் உள்ளன. அதைச் சுற்றி எல்லாம் தலையானான் என்று தமிழில் பொறிக்கப்பட்டுள்ளது. நான்காம் வகையிலும் இரண்டு மீன்கள் உள்ளன. ஆனால் அவை நேராக இல்லாமல் இரண்டும் இருபுறமும் சாய்ந்தவாறு உள்ளன. அவற்றின் நடுவில் எல்லாம் தலையானான் என்று எழுதப்பட்டிருக்கிறது. ஐந்தாம் வகையில் இரு மீன்களும் தலைப்பகுதியில் அருகிலும் வால் பகுதியில் இருவேறு பகுதிகளை நோக்கியும் உள்ளன. இடையில் எல்லாம் தலையானான் என்று எழுதப்பட்டிருக்கிறது.

கோதண்டராமன் நாணயம்

ஜடாவர்மன் சுந்தரபாண்டியன் வெளியிட்ட மற்றொரு வகை நாணயத்தின் ஒருபுறம் இரட்டைக் கயல் சின்னம் உள்ளது. மறுபுறம் ‘கோதண்டராமன்’ என்ற பெயர் மூன்று வரிகளில் எழுதப்பட்டுள்ளது. அதன் மேல் குடையும் அருகில் சாமரங்களும் காணப்படுகின்றன. கடலூரில் உள்ள ஜடாவர்மன் சுந்தரபாண்டியன் காலத்துக் கல்வெட்டு ஒன்றில் ‘நம் பேரால் கட்டிய கோதண்டராமன் சன்னதிக்கு’ என்று எழுதப்பட்டுள்ளது. ஆகவே இது ஜடாவர்மன் சுந்தரபாண்டியன் வெளியிட்ட நாணயம் என்று திரு நாகசாமி கருதுகிறார்.

பாண்டியர் நாணயங்களில் ‘குலசேகர’ என்ற பெயர் பொறித்த சில நாணயங்கள் கிடைத்திருக்கின்றன.

குலசேகர பாண்டியன் என்ற பெயருடைய பல மன்னர்கள் ஆட்சி செய்திருப்பதால், எந்த மன்னனுடைய நாணயங்கள் இவை என்ற குழப்பம் நிலவுகிறது. திரு நாகசாமி நாணயங்களைப் பற்றிய நூலில் இந்தப் பெயருடைய நாணயங்களை இரண்டு வகை மாறவர்மன் குலசேகர பாண்டியன் வெளியிட்டிருக்கலாம் என்று கூறுகிறார். இவன் பொயு 12 - 13ம் நூற்றாண்டுகளில் ஆட்சி செய்தவன். ஜடாவர்மன் சுந்தரபாண்டியனுக்கு அடுத்து ஆட்சி செய்தவன். மற்ற இரண்டு வகைகளை வெளியிட்ட மன்னர்கள் யாவர் என்பது சரியாகத் தெரியவில்லை.

அதுபோல சுந்தரபாண்டியன் என்ற பெயர் பொறித்த நாணயங்கள் பலவும் கிடைத்திருக்கின்றன. இவற்றில் ஒரு வகை நாணயங்களில் 'சுந்தரபாண்டியன்' என்று தமிழில் எழுதப்பட்டுள்ளது. ஒருபுறம் இரட்டைக் கயல்களும் நடுவில் செண்டும் பொறிக்கப்பட்டுள்ளன. பிற்காலப் பாண்டியர்கள் காலத்தில் இரட்டைக் கயல்களின் நடுவே செண்டைப் பொறிக்கும் வழக்கம் இருந்ததை வைத்து இவ்வகை நாணயங்கள் பிற்காலப் பாண்டியர்களால் வெளியிடப்பட்டதாக ஊகிக்கலாம்.

இதன் மறுபுறம் சங்கு, சக்கரம், சூரியன், சந்திரன் போன்றவையும் வராகத்தின் உருவமும் காணப்படுகின்றன. வராகத்தைச் சின்னமாகக் கொண்டவர்கள் சாளுக்கியர்கள். சோழர்கள் தங்கள் சின்னத்தில் சாளுக்கியர்களை வென்றதைக் குறிப்பிடும் வகையில் வராகத்தைக் குறிப்பிட்டிருக்கின்றனர். ஆகவே இந்த நாணயத்தை வெளியிட்ட சுந்தரபாண்டியன், சோழர்களுக்கு அடங்கி நடந்த சிற்றரசனாக இருக்கவேண்டும். சாளுக்கியர்களுடனான போரில் பங்குபெற்று அவர்கள்

மீது அடைந்த வெற்றியின் அடையாளமாக இந்தச் சுந்தரபாண்டியனும் நாணயங்களில் வராகத்தைப் பொறிக்கச் செய்திருக்க வேண்டும். இந்தக் கருத்தை ஏற்கும் திரு நாகசாமி, இந்த மன்னன் சோழன் முதலாம் ராஜாதிராஜன் காலத்தில் வாழ்ந்தவன் என்று கூறுகிறார். அதே சமயம், சுந்தரசோழ பாண்டியன் என்ற பெயரில் பல சோழ இளவரசர்கள் பாண்டிய நாட்டை ஆட்சி செய்ததையும் நாம் கருத்தில் கொள்ளவேண்டும் அவர்களில் ஒரு மன்னனும் இந்த வகை நாணயங்களை வெளியிட்டிருக்கச் சாத்தியங்கள் உள்ளன. செப்பு நாணயங்களான இவை அதிகமான அளவில் தமிழகத்தில் கிடைத்துள்ளன.

இதே போன்று சுந்தர பாண்டியன் என்று பெயர் பொறித்த மற்றொரு வகை நாணயத்தில் பத்மாசனத்தில் அமர்ந்த ஒரு உருவம் காணப்படுகிறது. அதைச் சுற்றி ‘சுந்தரபாண்டியன்’ என்று தமிழில் எழுதப்பட்டுள்ளது. நாணயத்தின் மறுபுறம் இரட்டைக் கயல்களும் நடுவில் செண்டும் காணப்படுகிறது. மேலே குடையும் அருகில் சாமரங்களும் காணப்படுகின்றன.

அவனிபேந்திரன் என்ற பெயருள்ள ஒரு நாணயமும் பாண்டியர்களுடையதாகக் கருதப்படுகிறது. இந்த வகை நாணயத்தில் ஒருபுறத்தில் இரட்டைக் கயல் பொறிக்கப்பட்டுள்ளது. அதன் இருபுறமும் விளக்குகள் உள்ளன. நாணயத்தின் மறுபக்கத்தில் குடை உள்ளது. அதன் கீழே அவனீபேந்திரன் என்று தமிழில் எழுதப்பட்டுள்ளது. இது 13 - 14ம் நூற்றாண்டைச் சேர்ந்தது என்று திரு. நாகசாமி கூறியிருக்கிறார். குடந்தை சேதுராமன் இந்த நாணயம் குலசேகர பாண்டியனின் மகனான ஜடாவர்மன் சுந்தரபாண்டியன் வெளியிட்டது என்று குறிப்பிடுகிறார். இன்னும் சில ஆய்வாளர்கள் இந்த நாணயம் நான்காம் ஜடாவர்மன் சுந்தரபாண்டியன் வெளியிட்ட நாணயம் என்று கூறுகின்றனர். இவன் உத்திரட்டாவதி நட்சத்திரத்தில் பிறந்தவன். அவனிபேந்திர என்ற பெயர் இந்த அரசனுக்கு உண்டு. ஆகவே அவன் வெளியிட்ட நாணயம்தான் இது என்பது தெளிவாகிறது.

11

விஜயநகர / நாயக்கர் கால நாணயங்கள்

பதினான்காம் நூற்றாண்டின் ஆரம்பத்தில் தென்னகம் அடுத்தடுத்த சுல்தானியப் படையெடுப்புகளால் தத்தளித்துக்கொண்டிருந்தது. அக்காலகட்டத்தில் தென்னிந்தியாவை ஆட்சி செய்துகொண்டிருந்த ஹொய்சாளர்கள், காகதீயர்கள், பாண்டியர்கள், யாதவர்கள் ஆகிய நான்கு பேரரசுகளும் ஒன்றன்பின் ஒன்றாகத் தொடர்ந்த இந்தப் படையெடுப்புகளால் வீழ்ந்தன. முதலில் அலாவுதீன் கில்ஜியின் தளபதியான மாலிக் கஃபூரின் படையெடுப்பு பொயு 1311ம் ஆண்டு நடந்தது. அதன்பின் குஸ்ரூ கான் படையெடுத்து வந்தான். மூன்றாவதாக வந்தவனும் பின்னாளில் முகமது பின் துக்ளக் என்ற பெயரில் டெல்லி அரியணையில் ஏறியவனுமான உலூக் கானின் படையெடுப்பு தென்னகத்தை முற்றிலுமாக நிலைகுலையச் செய்தது.

இந்த நிலையில் சிருங்கேரி சங்கராச்சாரியாரான ஸ்ரீவித்யாரண்யரின் ஆலோசனைப் படி ஹரிஹரர், புக்கர் ஆகிய இரண்டு சகோதரர்களும் விஜயநகரப் பேரரசைத் தோற்றுவித்தனர். இவர்கள் சங்கமர் என்பவரின் மைந்தர்கள். ஆகவே விஜயநகரத்தைத் தலைநகராகக் கொண்டு அமைந்த இவர்களது அரசை சங்கம வம்சத்து அரசு என்று அழைத்தனர். ஹரிஹரரும் புக்கரும் அடுத்தடுத்து ஆட்சி செய்து கொஞ்சம் கொஞ்சமாக தென்னகத்தில் அவர்களது ஆதிக்கத்தை நிலைநிறுத்தினர். புக்கரின் மகனான குமார கம்பண்ணர், மதுரையின்மீது படையெடுத்து

அங்கே ஆட்சி செய்து கொண்டிருந்த மதுரை சுல்தான்களைத் தோற்கடித்து அழிவின் பிடியில் சிக்கிக் கொண்டிருந்த மதுரை மக்களை மீட்டார். அதை அடுத்து தமிழகமும் விஜயநகரத்தின் ஆதிக்கத்தில் வந்தது. அதற்குப் பிறகு சங்கம வம்சத்தின் முதலாம் தேவராயர், இரண்டாம் தேவராயர் ஆகியோர் ஆட்சி செய்தனர்.

சங்கம வம்சத்தின் விருபாட்ச ராயரின் காலத்தில் அவரது வலிமையின்மை காரணமாக விஜயநகர அரசு பல பிரச்சினைகளைச் சந்தித்தது. அதன் காரணமாக அவரது தளபதியான சாளுவ நரசிம்மர் அரசைக் கைப்பற்றினார். அவர் தோற்றுவித்த வம்சம் சாளுவ வம்சம் என்று அழைக்கப்பட்டது. ஆனால் இந்த வம்சத்தின் ஆட்சியும் நீண்ட காலம் நீடிக்கவில்லை. சாளுவ நரசிம்மரின் மகனான இம்மடி நரசிம்மர் காலத்தில் அவரது தளபதியான நரச நாயக்கரிடம் அரசு சென்றது.

நரச நாயக்கர் தோற்றுவித்த வம்சம் துளுவ வம்சம் என்று அழைக்கப்படுகிறது. அந்த வம்சத்தில் வந்தவர்தான் விஜயநகர அரசின் பெரும் புகழ் பெற்ற மன்னரான கிருஷ்ணதேவராயர். அவரது ஆட்சிக்காலம் விஜயநகரத்தின் பொற்காலம் எனலாம். அவர் சென்ற இடங்களெல்லாம் வெற்றி கிடைத்தது. தென்னிந்தியாவின் பெரும்பகுதி அவரது ஆதிக்கத்தின் கீழ் இருந்தது. பல்வேறு கோவில்களைக் கட்டி, பல கோவில்களுக்குத் திருப்பணி செய்த பெருமையுடையவர் கிருஷ்ணதேவராயர். ஆனால் அவருக்குப் பின் விஜயநகர அரசு வலிமை குன்றத் தொடங்கியது. அவரது மாப்பிள்ளையான ராமராயர் செய்த பல தவறுகளால் தலைக்கோட்டைப் போரில் விஜயநகர அரசு படுதோல்வி அடைந்தது. அவர்களது தலைநகரம் அழிக்கப்பட்டது.

அதன்பின் ராமராயரின் ஆரவீடு வம்சத்தைச் சேர்ந்தவர்கள் பெனுகொண்டா, சந்திரகிரி, வேலூர் ஆகிய இடங்களில் ஆட்சி செய்தனர். தொடர்ந்த பாமினி சுல்தான்களின் படையெடுப்பு, தமிழக நாயக்கர்கள் தலையீடு ஆகியவற்றின் காரணத்தால் அந்த அரசும் வரலாற்றிலிருந்து மறைந்தது.

விஜயநகரப் பேரரசர்கள் தங்கம், வெள்ளி, செப்பு ஆகிய உலோகங்களில் நாணயங்களை அச்சிட்டிருக்கின்றனர். அவர்கள் புழக்கத்தில் விட்ட தங்கக் காசுகள் ‘கட்யாண’ அல்லது ‘வராகன்’, ‘பொன்’, ‘பகோடா’என்ற பெயர்களைக் கொண்டிருந்தன. ‘ப்ரதாபா’ அல்லது ‘மாடை’, ‘கடி’, ‘பணா’,

‘ஹகா’ என்ற பெயர் கொண்ட பொன் நாணயங்களையும் விஜயநகர அரசர்கள் வெளியிட்டிருக்கின்றனர். விஜயநகர அரசின் வெள்ளி நாணயங்கள் தாரா என்ற பெயரிடப்பட்டிருந்தன. செப்புக் காசுகள் பணா, காசு போன்ற பெயர்களைக் கொண்டிருந்தன.

இவற்றில் வராகன் என்ற நாணயம் 52 கிரயின்கள் எடை கொண்டது. விஜயநகரின் சின்னமான வராகத்தைக் கொண்டிருந்ததால் இந்த நாணயங்கள் வராகன் எனப்பட்டன. யாக்ஞவல்கியர் ஒரு ‘கட்யானா’ என்பது 62 கிரெயின்கள் என்று குறிப்பிடுகிறார். ஆனால் நாளடைவில் இதன் மதிப்பு மாற்றமடைந்து விஜயநகரப் பேரரசின் காலத்தில் 52 கிரயின்கள் அளவாக மாறிவிட்டது. இந்த நாணயங்கள் வட்ட வடிவமாக இருந்ததாகவும் அச்சில் வார்க்கப்பட்டதாகவும் பர்போஸா கூறுகிறார். வராகன் என்ற இந்த நாணயங்கள் மூன்று வகைப்பட்டன.

சுத்த வராகன் என்பது 52 கிரயின் எடை உள்ள சாதாரண வராகன் நாணயம். கட்டி வராகன் என்பது சற்றே மதிப்புக் குறைந்த நாணயமாகும். கல்வெட்டு ஒன்று 140 பொன் நாணயங்கள் 100 கட்டி வராகனுக்குச் சமம் என்று கூறுகிறது. அதன் மூலம் இதன் மதிப்பு எவ்வளவு என்று அறிந்துகொள்ள முடிகிறது. திருமணங்களில் கூறப்படும் ‘லட்சம் கட்டி வராகன்’ என்பது இந்த கட்டி வராகன் நாணயத்தையே குறிப்பதாகும். தொட்ட என்றால் கன்னடத்தில் பெரிய என்று பொருள். ஆகவே தொட்ட வராகன் என்பது மதிப்பு அதிகமுள்ள வராகனாகக் கருதப்படுகிறது. சுத்த வராகனை விட இருமடங்கு மதிப்பு அதிகமாக தொட்ட வராகன் இருக்கலாம் என்று திரு நாகசாமி கருதுகிறார்.

‘ப்ரதாப’ என்ற நாணயம், தங்க நாணயமாக இருந்தாலும் வராகனைவிட மதிப்புக் குறைவான ஒன்று. இது வராகனின் மதிப்பிலும் எடையிலும் பாதி அளவு உள்ளது. இரண்டாம் ஹரிஹரருக்கு பிரதாபர் என்ற சிறப்புப் பெயர் உண்டு. அவர் பெயரில் இந்த நாணயம் வெளியிடப்பட்டிருக்கிறது. ‘கடி’ என்ற நாணயம் வராகனில் கால் பங்கு மதிப்புள்ளது. ‘பணா’ அல்லது பணம் என்ற தங்க நாணயம் வராகனில் பத்தில் ஒரு பங்கு மதிப்புள்ளதாகும். ஸ்ரீரங்கர் காலத்து கல்வெட்டு ஒன்றில் 1316 .25 பணம் 131 வராகனுக்குச் சமம் என்று குறிப்பிடப்பட்டுள்ளது. இதை வைத்து பணா என்ற நாணயத்தின் மதிப்பைக் கணிக்கலாம்.

விஜயநகர அரசர்களின் கல்வெட்டுகள் பலவற்றில் பணம் என்ற நாணயம் குறிப்பிடப்பட்டுள்ளது. ஆனால் இதன் மதிப்புப் பல இடங்களில் வேறுபடுகிறது. அதை வைத்து இது தங்க நாணயமாக மட்டுமல்லாமல், வெள்ளியிலிரும் செப்பிலும் அச்சடிக்கப்பட்டிருக்கலாம் என்று நாணயவியலாளர்கள் கருதுகின்றனர். குளிகைப் பணம், ராசிப் பணம், சக்கரப் பணம் போன்ற பல வகை நாணயங்களைப் பற்றிய குறிப்புகள் இக்காலத்தில் காணப்படுகின்றன. இவற்றைத் தவிர 'ஹகா' என்ற நாணயமும் புழக்கத்தில் இருந்திருக்கிறது. நாற்பது ஹகா ஒரு வராகன் என்ற விகிதத்தில் அதன் மதிப்பு இருந்தது. தாரா என்ற வெள்ளி நாணயம் பிரதாப தேவராயரால் வெளியிடப்பட்டதாகும். இந்த நாணயத்தில் யானையின் உருவம் உள்ளது. விஜயநகரத்திற்கு வந்த பயணி அப்துல் ரஸாக், தாராவின் மதிப்பு வராகனின் மதிப்பில் ஆறில் ஒரு பங்கு என்று கூறுகிறார். ஆனால் இன்னும் சிலர் இந்த மதிப்பிலிருந்து மாறுபட்டு பதினைந்து வராகனில் ஒரு பங்கு தான் தாரா என்று குறிப்பிடுக்கின்றனர்.

விஜயநகரத்தை ஆட்சி செய்த முதலாம் அரசனான ஹரிஹரர் வெளியிட்ட நாணயத்தில் ஹனுமான், கருடன் ஆகிய சின்னங்கள் பொறிக்கப்பட்டுள்ளன. 'ஸ்ரீவீரஹரிஹர' என்ற கன்னட எழுத்துகள் பொறிக்கப்பட்டிருக்கின்றன.

இன்னொரு வகை நாணயத்தில் ஹனுமானின் உருவம் உள்ளது. பின்புறம் 'ஹரிஹர' என்று கன்னடத்தில் எழுதப்பட்டிருக்கிறது. ஹரிஹரின் சகோதரரான முதலாம் புக்கரும் இதே போன்ற நாணயங்களை வெளியிட்டார்.

அதிலும் ஹனுமானின் உருவமும் 'வீரபுக்கராய' என்று கன்னடத்திலும் எழுதப்பட்டுள்ளது. அடுத்து ஆட்சிக்கு வந்த இரண்டாம் ஹரிஹரர் நாணயங்களில் சில மாறுதல்களைச் செய்திருக்கிறார். அவர் வெளியிட்ட நாணயங்களின் ஒருபுறம் சிவனும் பார்வதியும் அமர்ந்த நிலையில் உள்ளனர்.

மேலே சூரிய, சந்திர உருவங்கள் பொறிக்கப்பட்டிருக்கின்றன. நாணயத்தின் பின்புறம் 'ஸ்ரீபிரதாபஹரிஹர' என்று நாகரி எழுத்துருவில் எழுதப்பட்டுள்ளது. இன்னொரு வகை நாணயத்தில் சிவ பார்வதி உருவங்களுக்குப் பதிலாக விஷ்ணுவும் லக்ஷ்மிதேவியும் அமர்ந்த நிலையில் உள்ள காட்சி பொறிக்கப்பட்டுள்ளது. மூன்றாம் வகை நாணயத்தில் லக்ஷ்மி நரசிம்மர் உள்ளார். இரண்டாம் ஹரிஹரர் நந்தியின் உருவம் பொறித்த நாணயங்களையும் வெளியிட்டிருக்கிறார்.

முதலாம் தேவராயரும் இதேபோன்ற நாணயங்களை வெளியிட்டிருக்கிறார். உமா மகேஸ்வரர், லக்ஷ்மியும்

விஷ்ணுவும், காளை ஆகிய உருவங்கள் பொறித்த நாணயங்கள் முதலாம் தேவராயராலும் வெளியிடப்பட்டன. நாணயத்தின் பின்புறம் 'ஸ்ரீபிரதாபதேவராயர்' என்று நாகரியில் எழுதப்பட்டுள்ளது. காளை நாணயங்களில் 'ஸ்ரீதேவராயா' என்று எழுதப்பட்டுள்ளது. இவர் வெளியிட்டுள்ள இன்னொரு வகை நாணயத்தில் புள்ளிகளால் ஆன வட்டத்திற்குள் காளை ஒன்று உள்ளது மேலே சூரிய, சந்திரர்கள் உள்ளனர். தே என்ற எழுத்து தேவநாகரியில் பொறிக்கப்பட்டுள்ளது. நாணயத்தின் மறுபுறம் 'ஸ்ரீநீலகந்ட' என்று மூன்று வரிகளில் நாகரியில் எழுதப்பட்டுள்ளது.

விஜயநகர அரசின் அடுத்த அரசரான இரண்டாம் தேவராயர் வெளியிட்ட பத்து வகையான நாணயங்கள் கிடைத்திருக்கின்றன. அவற்றில் ஒன்பது வகையான நாணயங்களில் யானையின் உருவம் உள்ளது. இவற்றில் ஒன்றில் நாணயத்தின் ஒருபுறம் புள்ளியினாலான வட்டத்திற்குள் யானையும் மறுபுறத்தில் குறுவாளும் காணப்படுகிறது. அருகில் தேவராயர் என்று நாகரியில் எழுதப்பட்டுள்ளது. இன்னொரு வகை நாணயத்திலும் யானை உள்ளது. மறுபுறம் ஸ்ரீதேவராயர் என்று கன்னட எழுத்துகள் உள்ளன. இதே வகையில் ஸ்ரீதேவராயர் என்று நாகரியில் எழுதிய நாணயங்களும் உள்ளன. இன்னும் சில வகை நாணயங்களில் 'ஸ்ரீதேவராயகஸபேதகர' என்று நாகரியில் எழுதப்பட்டுள்ளது. இவர் வெளியிட்ட நாணயங்கள் ஒன்றில் யானையோடு வீரன் ஒருவன் ஈட்டிப்போர் புரிவது போன்ற காட்சி உள்ளது. இது இரண்டாம் தேவராயராகவே இருக்கக்கூடும். இவற்றைத் தவிர சிவனும் பார்வதியும் பொறிக்கப்பட்ட நாணயம் ஒன்றையும் இரண்டாம் தேவராயர் வெளியிட்டிருக்கிறார். அதில் 'ஸ்ரீப்ரதாப தேவராய' என்று நாகரியில் எழுதப்பட்டுள்ளது.

சாளுவ வம்சத்தில் முதலில் ஆட்சி செய்த வீரநரசிம்மனுடைய நாணயத்தில் நரசிம்மருடைய உருவம் பொறிக்கப்பட்டுள்ளது. மறுபுறம் 'நரஸிம்ஹ' என்று கன்னடத்தில் எழுதப்பட்டுள்ளது. அவருக்குப் பின் அரியணை ஏறிய அவரது தம்பியான கிருஷ்ணதேவராயர், சிவனும் பார்வதியும் அமர்ந்த நிலையில் உள்ள நாணயங்களை

வெளியிட்டிருக்கிறார். அதில் 'ஸ்ரீகிருஷ்ணராய' என்று நாகரியில் எழுதப்பட்டுள்ளது. போலவே கருடன் உருவம் பொறித்த நாணயத்தையும் அவர் வெளியிட்டிருக்கிறார். அதன் மறுபுறத்தில் 'ஸ்ரீபிரதாபகிருஷ்ணராய' என்று நாகரி எழுத்துருவில் எழுதப்பட்டிருக்கிறது.

திருப்பதியில் உள்ள கல்வெட்டு ஒன்று பொயு 1514ம் ஆண்டு கிருஷ்ணதேவராயர் அங்கே திருமலை வேங்கடேசப் பெருமானுக்கு கனகாபிஷேகம் செய்ததாகவும் அதற்காக 30000 சக்கரம் பொன் தந்ததாகவும் குறிப்பிடுகிறது. திருப்பதியில் கிருஷ்ணதேவராயர் வெளியிட்ட சிறப்பு நாணயம் ஒன்றும் கிடைத்திருக்கிறது. இதில் ஒருபுறம் ஸ்ரீகிருஷ்ணராய என்று நகரியில் எழுதப்பட்டுள்ளது.

மறுபுறம் விஷ்ணுவின் உருவம் தோரணத்துடன் பொறிக்கப்பட்டுள்ளது. கலிங்கத்தை ஆண்ட கஜபதியைத் தோற்கடித்ததைக் கொண்டாடும் விதமாக, கிருஷ்ணதேவராயர் திருப்பதி வேங்கடேசப் பெருமானுக்கு மகர தோரணம் ஒன்றைச் சமர்ப்பித்திருக்கிறார். அந்த தோரணமும் ஸ்ரீவேங்கடேசப் பெருமானின் உருவமும் தான் இந்த நாணயத்தில் காணப்படுகிறது. மகரதோரணத்தை திருமலைக்குக் கொடையளித்த போது இந்த நாணயத்தை கிருஷ்ணதேவராயர் வெளியிட்டிருக்கக்கூடும். இதன் எடை தோராயமாக 119 கிரயின்களாக உள்ளது. ஆகவே இது ஒரு தொட்ட வராகன் நாணயமாக இருக்கலாம் என்று கருதப்படுகிறது.

கையில் வெண்ணையுடன் கூடிய பாலகிருஷ்ணன் உருவம் பொறித்த நாணயம் ஒன்றையும் கிருஷ்ணதேவராயர்

வெளியிட்டிருக்கிறார். அதன் மறுபுறத்தில் 'ஸ்ரீபிரதாப கிருஷ்ணராயா' என்று நாகரியில் எழுதப்பட்டிருக்கிறது.

கிருஷ்ணதேவராயருடைய தம்பியும் அவருக்குப் பின் விஜயநகர ஆட்சிப்பொறுப்பை ஏற்றவருமான அச்சுதராயர் கண்டபேருண்டப் பறவை பொறித்த நாணயங்களை வெளியிட்டார்.

நாணயத்தின் மறுபக்கத்தில் 'ஸ்ரீபிரதாபச்யுதராய' என்று கிரந்த எழுத்துகளில் எழுதப்பட்டிருக்கிறது. அடுத்து அரசராகப் பொறுப்பேற்ற சதாசிவராயரும் விஷ்ணு - லக்ஷ்மி, உமாமகேஸ்வரர், கருடன் ஆகிய உருவங்கள் பொறித்த நாணயங்களை வெளியிட்டார். அந்த நாணயங்களின் பின்புறம் 'ஸ்ரீபிரதாப சதாசிவராய' என்று நாகரியில் எழுதப்பட்டுள்ளது.

ஆரவீடு வம்சத்தின் அரசரான திருமலைராயர் ராமன், சீதை ஆகியோர் உள்ள நாணயங்களை முதன்முதலில் வெளியிட்டார். அனுமன், கருடன் போன்றோர் உள்ள

நாணயங்களையும் வெளியிட்ட அவர், விஜயநகரச் சின்னமான வராகத்தின் உருவம் பொறித்த நாணயத்தையும் வெளியிட்டிருக்கிறார். இந்த நாணயங்களின் பின்புறம் 'ஸ்ரீதிருமலைராய' என்று நாகரி எழுத்துருவில் பொறிக்கப்பட்டுள்ளது. பொயு 1572ம் ஆண்டிலிருந்து ஆட்சி செய்த ஸ்ரீரங்கராயர் பிரபையின் நடுவே ஸ்ரீவேங்கடேசப் பெருமான் உருவம் உள்ள நாணயத்தை அச்சடித்து வெளியிட்டார். நாணயத்தின் பின்புறம் ஸ்ரீரங்கராய என்று நாகரியில் எழுதப்பட்டுள்ளது.

நாயக்கர் நாணயங்கள்

விஜயநகர ஆட்சிக்காலத்தின் போது தமிழகத்தைப் பிரித்து செஞ்சியிலும் தஞ்சையிலும் மதுரையிலும் நாயக்கர்களை நியமித்து, அந்தந்தப் பகுதிகளை ஆட்சி செய்வதற்கு ஆணை வழங்கியவர் அச்சுதப்ப நாயக்கர். அதன்படி தஞ்சை நாயக்கராக செவ்வப்பரும் மதுரை நாயக்கராக விஸ்வநாத நாயக்கரும் பதவியேற்றனர். நாளடைவில் இவை விஜயநகரப் பேரரசிடமிருந்து தன்னாட்சி பெற்றன.

தஞ்சை நாயக்கர்கள்

தஞ்சை நாயக்கர் வம்சத்தில் முதலில் வந்தவரான செவ்வப்ப நாயக்கர் வெளியிட்ட காசுகளில் இரண்டு வகை நாணயங்கள் மட்டுமே கிடைத்துள்ளன. வரலாற்று ஆய்வாளர் குடவாயில் பாலசுப்பிரமணியன் ஒரு வகை நாணயத்தை ஆராய்ந்து, நாணயத்தின் ஒருபுறம் 'சவப்ப' என்று பொறித்திருப்பதாகவும் மறுபுறம் சங்கின் உருவம் உள்ளதாகவும் கூறியுள்ளார். இன்னொரு வகை

நாணயங்களில் ஒருபுறம் ரிஷபமும் குத்துவிளக்கும் உள்ளன. இவை இரண்டும் செப்புக் காசுகளாகும். மறுபுறம் சிவாபராய என்று நாகரியில் எழுதப்பட்டுள்ளது. செவ்வப்ப நாயக்கரின் மகனான அச்சுதப்ப நாயக்கரும் காசுகளை வெளியிட்டிருக்கிறார். அவர் வெளியிட்ட நாணயங்களில் ஒன்றில், நாணயத்தின் ஒருபுறம் அச்சுபரய என்று இரண்டு வரிசையில் நாகரி எழுத்துகள் காணப்படுகின்றன. மறுபுறம் யானையின் உருவமும் காளையின் உருவமும் தலைப்பகுதியில் இணைந்த சித்தரிப்புக் காணப்படுகிறது.

யானையின் உருவத்தை மறைத்தால், காளையின் உருவம் முழுவதாகவும் காளையின் உருவத்தை மறைத்தால் யானையின் உருவம் முழுவதாகவும் தெரியும் இது போன்ற சிற்பம் தாராசுரம் போன்ற கோவில்களில் காணப்படுகிறது. இன்னொரு வகை நாணயங்களில் நாணயத்தின் ஒருபுறம் சிவலிங்கம் மேல்பகுதியிலும் கீழே நந்தியும் காணப்படுகின்றன. மறுபுறம் சங்கு, சக்கரம் ஏந்திய திருமாலின் உருவம் காணப்படுகிறது. மற்றொரு நாணயத்தில் சிவலிங்கமும் நந்தியும் ஒருபுறத்திலும் வில்லேந்திய ராமனும் அருகே ஹனுமானும் காணப்படுகின்றனர். சைவத்தையும் வைணவத்தையும் இரு கண்களாக அச்சுதப்ப நாயக்கர் போற்றி வந்திருக்கிறார் என்பது அவர் வெளியிட்ட நாணயங்களால் தெளிவாகிறது.

தஞ்சை நாயக்கர்களின் வரிசையில் அடுத்து ஆட்சிக்கு வந்த ரகுநாத நாயக்கர் பல்வேறு விதமான நாணயங்களை வெளியிட்டிருக்கிறார். தஞ்சை நாயக்கர்களின் சிறந்த அரசரான ரகுநாத நாயக்கர், தோப்பூர் என்ற இடத்தில் நடந்த போரில் விஜயநகர அரசனான ராமராயனுக்கு ஆதரவாக ஜக்கையனுக்கும் மதுரை - செஞ்சி நாயக்கர்களுக்கும் எதிராகப் போரிட்டு அவர்களைத் தோற்கடித்திருக்கிறார். ராமராயனை மீண்டும் அரியணையில் அமர்த்தி, அந்த வெற்றியைக் கொண்டாடும் விதமாக கும்பகோணத்தில் ராமனுக்குக் கோவில் கட்டியவர் ரகுநாதர். அதுவே இப்போது ராமசாமி கோவில் என்று அழைக்கப்படுகிறது.

அதை ஒட்டி, தான் வெளியிட்ட நாணயம் ஒன்றில் ராம, லக்ஷ்மண, சீதை, ஹனுமான் ஆகியோர்களைப் பொறித்திருக்கிறார். மறுபுறத்தில் வாள் அணிந்து வணங்கும் வடிவத்தில் மன்னரின் உருவம் காணப்படுகிறது. இவர் வெளியிட்ட 5 கிராம் எடையுள்ள செப்புக் காசு ஒன்றில் இடக்கரத்தில் வில்லும் வலக்கரத்தில் அம்பும்

கொண்ட கோதண்டராமர் காட்சியளிக்கிறார். மறுபுறம் தலையில் குல்லாய் அணிந்து கையில் உடைவாளைத் தரித்து வணங்கும் கோலத்தில் ரகுநாத நாயக்கரின் உருவம் உள்ளது. ஆறுமுக சீதாராமன் ரகுநாத நாயக்கர் வெளியிட்ட நாணயங்களாக எட்டு வகைக் காசுகளைக் குறிப்பிடுகிறர். இதில் ஒருவகை நாணயத்தில் திருமகள் அமர்ந்த நிலையில் உள்ளார். மறுபுறத்தில் விஜயரகுநாதன் என்று தமிழில் எழுதப்பட்டுள்ளது. இன்னொரு வகையிலும் இதே எழுத்துகள் உள்ளன. அதில் லக்ஷ்மிதேவி நின்ற நிலையில் உள்ளார். மூன்றாம் வகையில் லக்ஷ்மிதேவிக்குப் பதிலாக சிவலிங்கம் காணப்படுகிறது. நான்காம் வகையில் லக்ஷ்மிதேவி ஒரு பீடத்தில் அமர்ந்துள்ளார். மறுபுறம் 'விசையரகுனாதன்' என்று தமிழில் எழுதப்பட்டுள்ளது. ஐந்தாம் வகையில் பால்பொழியும் பசுவின் உருவமும் நாணயத்தின் பின்புறம் 'ராயரகுனாதன்' என்ற தமிழ் எழுத்துகளும் காணப்படுகின்றன.

இதே போன்ற நாணயங்களில் விஜயரகுனாதன் என்ற எழுத்துப் பொறிப்பு உள்ள நாணயங்களும் கிடைத்துள்ளன. அவை ஆறாம் வகையாகக் கருதப்படுகின்றன. ஏழாம் வகை நாணயங்களில் முன்புறம் அமர்ந்த நிலையில் திருமாலும் பின்புறம் 'விசையராயரகுனாதன்' என்ற தமிழில் பொறிக்கப்பட்ட எழுத்துகளும் காணப்படுகின்றன. எட்டாம் வகை நாணயத்தில் அன்னத்தின் மீது சரஸ்வதி தேவி உள்ளார். பின்புறம் விஜயராயரகுநாதன் என்று எழுதப்பட்டிருக்கிறது. இவற்றைத் தவிர எழுத்துகள் ஏதும் இல்லாமல் அன்னத்தின் மீது சரஸ்வதி உள்ள உருவமும் மறுபுறம் சிவலிங்கமும் உள்ள நாணயங்கள் கிடைத்திருக்கின்றன. அவையும் ரகுநாத நாயக்கர்

வெளியிட்டதாகவே கருதப்படுகின்றன. தன்னுடைய குருவான கோவிந்த தீக்ஷதரின் பெயரிலும் ரகுநாத நாயக்கர் நாணயங்கள் வெளியிட்டிருக்கிறார்.

இந்த நாணயத்தில் திருவாட்சிக்கு நடுவே ஒரு தெய்வ உருவம் உள்ளது. மறுபுறம் கோவிந்தைய்யா என்று மூன்று வரிகளில் தமிழில் எழுதப்பட்டுள்ளது.

ரகுநாத நாயக்கருக்கு அடுத்ததாக தஞ்சை அரியணையில் ஏறியவர் விஜயராகவ நாயக்கர். இவரும் பல வகை நாணயங்களை வெளியிட்டிருக்கிறார். இவர் வெளியிட்ட செப்புக் காசு ஒன்றில் நாணயத்தின் ஒருபுறம் லக்ஷ்மி நரசிம்மரின் உருவம் உள்ளது மறுபுறம் ஸ்ரீவிஜயராகவ என்று தெலுங்கில் எழுதப்பட்டுள்ளது. இன்னொரு வகைக் காசில் ஒருபுறம் பாம்பு ஒன்றைக் கொத்தும் மயிலின் உருவம் உள்ளது. நாணயத்தின் பின்புறம் வட்டத்தினுள் விஜயராகவ என்று தெலுங்கில் எழுதப்பட்டுள்ளது. இவற்றைத் தவிர, தன்னுடைய குலதெய்வமாகப் போற்றிய

மன்னார்குடி ராஜகோபாலப் பெருமாளின் திருவுருவத்தைப் பொறித்து தங்கம், வெள்ளி, செம்பு ஆகிய உலோகங்களில் விஜயராகவ நாயக்கர் காசுகளை வெளியிட்டார். இந்த வகை நாணயங்கள், ராஜகோபாலச் சக்கரம் என்று அழைக்கப்படுகின்றன.

விஜயராகவ நாயக்கர் காலத்தையும் தாண்டி, பின்னால் ஆட்சி செய்த மராட்டிய மன்னர்களான சகோஜி, பிரதாப சிம்மன் ஆகியோரின் ஆட்சிக்காலங்களிலும் இந்த நாணயம் புழக்கத்தில் இருந்தது. இந்த ராஜகோபாலச் சக்கர நாணயங்களில் ஒன்றில் நாணயத்தின் ஒருபுறம் செண்டேந்தி நிற்கும் மன்னார்குடி ராஜகோபாலனின் உருவமும் பின்புறம் உடைவாள் தரித்து கைகூப்பி வணங்கும் விஜயராகவ நாயக்கரின் உருவமும் காணப்படுகிறது. இன்னொரு வகை நாணயத்தில் சக்ராயுதமும் ராஜகோபாலின் திருவுருவமும் உள்ளன. மறுபுறம் சாய்ந்த கொண்டையுடன் விஜயராகவ நாயக்கர் தன் தோளில் உடைவாளை அணைத்த வண்ணம் நிற்கும் காட்சி உள்ளது. விஜயராகவ நாயக்கர் காலத்துக் கல்வெட்டுகள் பலவற்றில் ராஜகோபாலச் சக்கரம் குறிக்கப்பட்டுள்ளது.

மதுரை நாயக்கர்கள்

மதுரைக்கு அரசப் பிரதிநிதியாக வந்து நாயக்கராகப் பொறுப்பேற்ற விஸ்வநாத நாயக்கர், பாண்டிய நாட்டில் பிரதிநிதியாகவே தம்மை வரித்துக்கொண்டு இரட்டைக் கயல்களைக் கொண்ட நாணயங்களை வெளியிட்டார். அவருடைய செப்புக் காசு ஒன்றில் ஒருபுறம் இரட்டைக் கயல்களும் அருகில் தமிழ் எழுத்துகளில் பாண்டிய என்றும் எழுதப்பட்டுள்ளது. நாணயத்தின் மறுபுறம் விஸ்வநாதன் என்று பொறிக்கப்பட்டுள்ளது.

விஸ்வநாதர் நாயக்கர் அச்சடித்து வெளியிட்ட இன்னொரு நாணயத்தில் ஒருபுறம் மனிதர் ஒருவருடைய உருவமும் இன்னொருபுறம் செண்டும் இரட்டைக் கயல் சின்னமும் உள்ளது. அதே பக்கத்தில் விஸ்வநாதன் என்று நாணய விளிம்பைச் சுற்றி எழுதப்பட்டுள்ளது. அதற்குப் பின்னால் மதுரை நாயக்கர்கள் வெளியிட்ட நாணயங்களில் பெரும்பாலும் காளைச் சின்னம் நின்ற நிலையிலோ அல்லது அமர்ந்த நிலையிலோ இடம்பெற்றுள்ளது. மதுரை நாயக்கர்கள் தங்கள் சின்னமாக நந்தியையும் மேலே சூரிய சந்திரர்களையும் கொண்டிருந்தனர். இந்தச் சின்னம் உள்ள நாணயங்கள் மதுரை நாயக்க அரசர்கள் வெளியிட்டவையாகக் கருதப்படுகின்றன.

விஸ்வநாத நாயக்கரை அடுத்து ஆட்சிசெய்த அவரது மகனான கிருஷ்ணப்ப நாயக்கர் வெளியிட்ட நாணயங்கள் ஏதும் கிடைக்கப்பெறவில்லை. ஆனால் அவரது மகனான வீரப்பநாயக்கர் வெளியிட்ட நாணயங்கள் கிடைத்திருக்கின்றன. அதில் ஒருபுறம் நிற்கும் மனித உருவம் ஒன்று காணப்படுகிறது. அதன் கையில் குறுவாள் ஏந்தி உள்ளது. மறுபுறம் நின்ற நிலையில் காளையின் உருவம் உள்ளது. அருகில் 'வி' என்ற எழுத்து நாகரியில் காணப்படுகிறது. இன்னொரு நாணயத்தில் ஒருபுறம் மனித உருவமும் மறுபுறம் காளை, சங்கோடு 'வி' என்ற எழுத்து தெலுங்கில் பொறிக்கப்பட்டுள்ளது.

மதுரை நாயக்கர் வம்சத்தில் வந்த சிறந்த அரசரான திருமலை நாயக்கர் வெளியிட்ட நாணயங்களில் முன்பக்கம் நிற்கும் மனித உருவம் ஒன்று காணப்படுகிறது. அடுத்த பக்கத்தில் நின்ற நிலையில் காளை, குறுவாள், மேலே

பிறைச்சந்திரன் ஆகியவை உள்ளன. அருகில் 'தி' என்ற தெலுங்கு எழுத்து உள்ளது.

முத்துவீரப்ப நாயக்கர் நாணயம்

திருமலை நாயக்கரின் பேரனான சொக்கநாத நாயக்கர் இதே போன்ற நாணயம் ஒன்றை வெளியிட்டிருக்கிறார். அதில் 'சொ' என்ற எழுத்து காணப்படுகிறது சொக்கநாதரின் மனைவியான ராணி மங்கம்மாள் வெளியிட்ட நாணயத்தில் ஒருபுறம் படுத்திருக்கும் காளை உள்ளது. மறுபுறம் நான்கு சதுரங்களும் 'மங்கம்மாள்' என்று தெலுங்கிலும் எழுதப்பட்டுள்ளது. இவற்றைத் தவிர மதுரை நாயக்கர்கள் வெளியிட்ட நாணயங்களாக திரு நாகசாமி சிலவற்றைக் குறிப்பிடுகிறார். அந்த நாணயங்களில் ஒருபுறம் அமர்ந்திருக்கும் காளையும் மறுபுறம் பழனி என்ற தமிழ் பொறிப்பும் உள்ளன. இதேபோன்று பழனி என்ற பொறிக்கப்பட்ட இன்னும் சில நாணயங்களில் ஒன்றில் குறுவாளும் மற்றொன்றில் குதிரையும் காணப்படுகின்றன. இவையெல்லாம் பழனியில் உள்ள நாணயச் சாலையில் அச்சடிக்கப்பட்டவை என்று திரு நாகசாமி கூறுகிறார்.

12

பிற தென்னிந்திய அரசுகளின் நாணயங்கள்

பல்லவர் நாணயங்கள்

இடைக்காலத்தில் தமிழகத்தை ஆட்சி செய்த இரண்டு பேரரசுகளில் ஒன்று பல்லவர்களுடையது. தெற்கில் காவிரியை எல்லையாகக் கொண்டு வட தமிழகம் முழுவதையும் ஆட்சி செய்த பெருமை பல்லவர்களுக்கு உண்டு. பல்லவர்கள் யார், அவர்கள் எங்கிருந்து வந்தனர் போன்ற கேள்விகளுக்குப் பல்வேறு ஊகங்கள் சொல்லப்பட்டாலும் அவர்கள் தமிழகத்தின் வடபகுதியையும் ஆந்திரத்தின் தென்பகுதியையும் ஆட்சி செய்து கொண்டிருந்தவர்கள், சாதவாகனர்களின் சிற்றரசர்களாக இருந்து அவர்களது வீழ்ச்சிக்குப் பிறகு தங்களது அரசை விரிவுபடுத்தியவர்கள் என்பதில் எந்தவிதச் சந்தேகமும் இல்லை.

சமுத்திரகுப்தர் தனது தெற்கு நோக்கிய திக்விஜயத்தைப் பற்றிக் கூறும்போது பல்லவ அரசனான விஷ்ணுகுப்தனைப் பற்றிக் குறிப்பிட்டிருக்கிறார். அவன் காஞ்சியிலிருந்து ஆட்சி செய்த பல்லவ மன்னன் என்றும் அவர் தனது கல்வெட்டுகளில் பொறித்திருக்கிறார். இதிலிருந்து பல்லவர்கள் நீண்ட காலமாக காஞ்சியைத் தலைநகராகக் கொண்டு ஆட்சி செய்தது தெரிகிறது. பல்லவ மன்னர்களில் சிறந்தவர்களாக மகேந்திரவர்ம பல்லவரும், நரசிம்மவர்மரும் கருதப்படுகின்றனர். முதலில் குடைவரைக் கோவில்களில் ஆரம்பித்து

பிறகு கட்டுமானக் கோவில்கள் பலவற்றை அமைத்துப் பெரும் புகழ் பெற்றவர்கள் பல்லவர்கள்.

பல்லவர்களுடைய கல்வெட்டுகளில் நாணயங்களைக் குறிக்கும் காணம், காசு, பொன், பணம் ஆகிய வார்த்தைகள் காணப்படுகின்றன. இவற்றில் காணம் என்பது காசுகளைக் குறிப்பது. காசு, பொன் ஆகிய வார்த்தைகள் குறிப்பாக தங்க நாணயங்களைக் குறிப்பதாகும். ஆனால் பல்லவர்கள் காலத்திய பொன் நாணயங்கள் கிடைக்கப்பெறவில்லை. செம்பு, ஈயம், வெள்ளி ஆகிய உலோகங்களால் ஆன நாணயங்களே கிடைத்திருக்கின்றன.

பல்லவர்கள் வெளியிட்ட நாணயங்களில் இதுவரை சிலவகைக் காசுகளே கிடைத்திருக்கின்றன. மகேந்திரவர்மன் காலத்திய நாணயங்களில் ஒருபுறம் காளை நின்ற நிலையில் உள்ளது. மறுபுறம் 'பகாப்பிடுகு', 'குணபர', 'லளிதாங்குர' என்ற அவனது சிறப்புப் பெயர்கள் பொறிக்கப்பட்டிருக்கின்றன.

லலிதாங்குர என்ற பெயர் பொறிக்கப்பட்டுள்ள மகேந்திர பல்லவனுடைய நாணயம்.

பல்லவர் கால நாணயங்களில் 'ஸ்ரீபர', 'ஸ்ரீநிதி', 'மானபர' என்ற எழுத்துகள் காசுகள் பொறிக்கப்பட்டுள்ளன. ஸ்ரீபர, ஸ்ரீநிதி என்பவை ராஜசிம்ம பல்லவனுடைய பெயர்கள் என்பதால் அந்தப் பெயர்கள் உள்ள நாணயங்கள் ராஜசிம்மனுடையதாகக் கருதப்படுகிறது.

ராஜசிம்மன் நாணயம்

மானபரன் என்பது மூன்றாம் நந்திவர்மனின் பட்டப்பெயர். ஆகவே மானபரன் என்ற பெயர் உள்ள நாணயங்கள் அவனுடையவையாகும். பல்லவர் காலத்தைச் சேர்ந்த பெயர் இல்லாத பல காசுகளும் கிடைத்திருக்கின்றன. அந்த நாணயங்கள் சிலவற்றில் ஒருபுறம் பல்லவர் சின்னமான காளையும் மறுபுறம் பாய் மரங்களோடு கூடிய கப்பலும் காணப்படுகின்றன. இன்னும் சில நாணயங்களின் மறுபுறத்தில் அஷ்டமங்கலச் சின்னங்களான ஸ்வஸ்திகம், விளக்கு, குடை, சங்கு, குடம், சக்கரம், குதிரை, சிம்மம் ஆகியவை உள்ளன. சிலவற்றில் வேலியிடப்பட்ட மரம் உள்ளது. இன்னும் சில வகை நாணயங்களில் ஒருபுறம் காளையும் மறுபுறம் குடமும் வேலியிடப்பட்ட மரமும் உள்ளன. இந்த வகைக் காசுகள் ஈயத்தால் செய்யப்பட்டவை ஆகும்.

தொல்லியல்துறை காஞ்சியில் நடத்திய அகழாய்வில், மேற்குறிப்பிட்டது போன்ற ஈயக்காசுகள் பல கிடைத்துள்ளன. அவற்றில் ஒருபுறம் காளையும் அதற்கு மேலே நந்திபாதமும் உள்ளன. மறுபுறம் தாமரை மலர் பொறிக்கப்பட்டுள்ளது. இந்தக் காசுகளின் காலம் பொயு 5 - 6ம் நூற்றாண்டாகக் கருதப்படுகிறது. போலவே திருவான்மியூரில் நடந்த அகழாய்வில் கிடைத்த பல்லவர் கால நாணயங்களில் ஒருபுறம் காளையும் மறுபுறம் குடம், வேலியிட்ட மரம் ஆகியவை உள்ளன. லக்ஷித, பரமேஸ்வர என்ற எழுத்துப் பொறிப்புடைய சில காசுகளும் பல்லவர் காலத்தைச் சேர்ந்தவையாகக் கருதப்படுகின்றன. இவற்றில் லக்ஷித என்பது மகேந்திரனுடையதாகவும பரமேஸ்வர என்பது பரமேஸ்வர வர்ம பல்லவனுடையதாகவும் கருதப்படுகிறது. இவை வெள்ளி நாணயங்களாகும்.

பிற்காலச் சேரர் நாணயங்கள்

களப்பிரர் காலத்திற்குப் பிறகு எப்படிப் பல்லவ, பாண்டிய அரசுகள் தொண்டை மண்டலத்திலும் மதுரையிலும் தலையெடுத்தனவோ, அதேபோல சேரர்களும் 'மலையாழம்'

என்று அழைக்கப்பட்ட கேரளாவில் மீண்டெழுந்தனர். பெருமாள் வம்சத்தினர் என்று அழைக்கப்பட்ட சேரர்களின் இந்த மரபினர், 'மகோதையப்பட்டணம்' என்று அழைக்கப்பட்ட கொடுங்கோளூரைத் தலைநகராகக் கொண்டு ஆட்சி செய்தனர். இவர்களின் முதலாம் அரசர்களாக சைவ நாயன்மார்களின் ஒருவரான சேரமான் பெருமாள் நாயனாரும் வைணவ ஆழ்வாரான குலசேகரப் பெருமாளும் கருதப்படுகின்றனர். ஸ்தாணுரவி, பாஸ்கர ரவிவர்மன் போன்ற சிறந்த அரசர்கள் இந்த வம்சத்தில் ஆட்சி செய்திருக்கின்றனர். சோழர் படையெடுப்புகளால் ஒரு காலகட்டத்தில் நிலைகுலைந்து, சேர நாட்டின் பல்வேறு பகுதிகளை பல அரசர்கள் ஆட்சி செய்திருக்கின்றனர்.

பிற்காலச் சேரர்கள் வெளியிட்ட நாணயங்கள் குறைவாகவே கிடைத்திருக்கின்றன. அவற்றில் முக்கியமானது வீரகேரளன் நாணயங்கள். செங்கல்பட்டு அருகே கண்டெடுக்கப்பட்ட இந்த நாணயங்களில் ஒருபுறம் 'ஸ்ரீவீரகேரளஸ்ய' என்றும் மறுபுறம் 'ஸ்ரீகண்டாரங்குசஸ்ய' என்றும் நாகரி எழுத்துருவில் எழுதப்பட்டுள்ளது.

வீரகேரளன் என்ற சேர அரசனை வென்றதாக முதலாம் ராஜாதிராஜனின் மெய்க்கீர்த்தி கூறுகிறது மற்றொரு கல்வெட்டு முதலாம் ராஜராஜ சோழன் காலத்தில் ஆட்சி செய்த ஒரு வீரகேரளனைப் பற்றித் தெரிவிக்கிறது. ஆனால் இந்த இருவரும் தமிழகத்தின் தெற்குப் பகுதியை ஆட்சி செய்தவர்கள்.

வட தமிழகத்திலும், தமிழகத்தின் மற்றபகுதிகளிலும் இந்த வகை நாணயங்கள் கிடைத்திருப்பதாக திரு நாகசாமி

தெரிவிக்கிறார். அதை வைத்து, இந்த வீரகேரளன் என்ற அரசன் கொங்குப் பகுதியை ஆட்சி செய்த சேரமன்னன் என்று அவர் கூறுகிறார். 'அவர்களுக்கு கண்டன்' என்ற பெயரும் இருந்ததாகவும், நாணயத்தின் மறுபுறம் பொறிக்கப்பட்ட 'கண்டராங்குசஸ்ய' என்ற பெயர் அந்த மரபு அரசர் ஒருவரின் பெயராக இருக்கலாம் என்றும் அவர் கருதுகிறார். சேரர்களுடைய கல்வெட்டுகள் 'கழஞ்சு', 'காணம்' போன்ற நாணயங்களைக் குறிப்பிடுகின்றன. அவர்களுடைய பதின்மூன்றாம் நூற்றாண்டுக் கல்வெட்டு ஒன்று 'அச்சு' என்ற நாணயத்தைப் பற்றிக் கூறுகிறது. இதில் அச்சு என்பது வார்ப்பில் செய்யப்பட்ட நாணயமாகும். யானை அச்சு என்று வழங்கப்படும் நாணயமே இந்த அச்சு என்று திரு நாகசாமி குறிப்பிடுகிறார். கல்வெட்டுகளில் அதன் மதிப்பாக வழங்கப்படுவதை வைத்து இந்த யானை அச்சு என்ற நாணயம் சேரர்கள் வெளியிட்ட தங்க நாணயங்களாக இருக்கலாம் என்றும் அவர் கருதுகிறார்.

அதுபோல இன்னும் சிலவகை செப்பு நாணயங்களில் ஒருபுறம் யாககுண்டம் போன்ற ஒரு அமைப்பும் மறுபுறம் வில்லும் யானையும் காணப்படுகின்றன என்று தன்னுடைய நூலில் நாணயவியலாளர் எலியட் குறிப்பிடுகிறார். இந்த நாணயங்களில் இருக்கும் சேரர்களுடைய சின்னமான வில்லை வைத்து இவை சேர நாணயங்கள் என்று கருதப்படுகின்றன. இன்னும் சில நாணயங்களில் பனைமரச் சின்னமும் காணப்படுகிறது (இதை எலியட் வாளும் அதன் மேல் கூட்டல் குறி போன்ற அமைப்பு என்று எழுதியிருக்கிறார். உண்மையில் இது பனை மரத்தைக் குறிப்பது.)

இதுவும் சேரர்களுடைய சின்னம்தான். பாண்டியர்களுக்கு வேப்பம்பூ போலவும் சோழர்களுக்கு ஆத்திப்பூ போலவும் சேரர்கள் சூடிக்கொள்வது பனம்பூ என்று தமிழ் இலக்கியங்கள் குறிப்பிடுகின்றன. 'கலியுகராமன்' என்ற பெயர் பொறித்த சில நாணயங்களும் பிற்காலச் சேரர்கள் வெளியிட்ட நாணயங்களாகக் கருதப்படுகின்றன. இந்த நாணயங்களில் வில் சின்னம் காணப்படுகிறது. அவற்றில் இரு பாதங்களும் பொறிக்கப்பட்டுள்ளன. இந்த கலியுகராமன் பணத்தைப் பற்றிப் பல கல்வெட்டுகள் பேசுகின்றன. பொயு 1487ம் ஆண்டு, 400 கலியுகராமன் பணம் கன்னியாகுமரியிலுள்ள புரவசேரி கருவூலத்தில் சேர்க்கப்பட்டுள்ளதாக ஒரு கல்வெட்டு தெரிவிக்கிறது.

1509ம் ஆண்டுக் கல்வெட்டு ஒன்றில் கோவிலில் விளக்கெரிப்பதற்காக 400 கலியுகராமன் பணம் நன்கொடையாகக் கொடுக்கப்பட்டுள்ளதாகக் கூறப்பட்டுள்ளது. 1689ம் ஆண்டுக் கல்வெட்டு ஒன்றிலும் கலியுகராமன் பணத்தைப் பற்றிய குறிப்பு உள்ளது. இதைவைத்து 200 ஆண்டுகளுக்கும் மேலாக இந்தப் பணம் புழக்கத்தில் இருந்ததைப் பற்றித் தெரிந்துகொள்ளலாம். திருவாங்கூர் அரசைச் சேர்ந்தவர்கள் திருவனந்தபுரம் அனந்தபத்மனாபனுடைய திருவடியைத் தொழுபவர்கள் என்று தாங்களை அழைத்துக்கொண்டனர். அதனால் திருவடி தேசம் என்று அந்த நாடு அழைக்கப்பட்டது. அதைக் குறிக்கவே பாதங்களைத் தங்களது நாணயங்களில் அவர்கள் பொறித்துக்கொண்டனர். ஆகவே கலியுகராமன் நாணயங்களும் சேர மன்னர்களில் ஒரு பிரிவினரால் வெளியிடப்பட்டவை என்பதைத் தெரிந்துகொள்ளலாம்.

கண்டகோபாலன் மாடை

ஆந்திரத்தின் தென்பகுதியை சில காலம் தெலுங்குச் சோழர்கள் ஆட்சி செய்து வந்தனர். கரிகாலச் சோழனின் வம்சமாக இவர்கள் தங்களைக் கூறிக்கொள்கின்றனர். ஒரு காலகட்டத்தில் இவர்களுடைய அரசு காஞ்சிபுரம் வரைக்கும் பரவியிருந்தது. பத்தாம் நூற்றாண்டிற்குப் பிறகு சில சிறந்த அரசர்கள் இந்த வம்சத்தில் வந்தனர். அவர்களில் ஒருவனான கண்டகோபாலன் என்ற அரசர், கண்டகோபாலன் மாடை என்ற பெயரில் தங்க நாணயம் ஒன்றை வெளியிட்டிருக்கிறார்.

இந்த வகை நாணயங்களில் ஒருபுறம் கண்ட என்று சோழர்காலத் தமிழ் எழுத்தில் பொறிக்கப்பட்டுள்ளது. அருகில் வேணுகோபாலனின் உருவமும் அதன் இருபுறமும் ஸ்ரீ என்ற எழுத்தும் காணப்படுகின்றன. வேணுகோபாலனின் தலைக்கு மேல் சூரிய, சந்திரர்கள் காணப்படுகின்றனர். இந்தக் காசுகளையும் தெலுங்குச் சோழர்கள் கல்வெட்டுகளையும் ஒப்பிட்டுப் பார்த்து திரு நடன காசிநாதன், வேணுகோபாலன் மாடை என்று கல்வெட்டுகள் குறிப்பிடும் நாணயம் இதுதான் என்று உறுதிசெய்கிறார்.

வாணாதிராயர் நாணயங்கள்

விஜயநகரப் பேரராசிலிருந்து குமார கம்பண்ணர் படையெடுத்து வந்து மதுரையை ஆட்சி செய்துகொண்டிருந்த

சுல்தான்களை வென்று அதை மீட்ட பிறகு, சிறிது காலம் விஜயநகரப் பிரதிநிதிகள் மதுரையை ஆட்சி செய்தனர். அதன்பின் பாமினிப் பேரரசோடு அவர்களின் மோதல் முற்றவே, மதுரையின் மீதான அவர்கள் பிடி தளர்ந்தது. அப்போது பாண்டியர்களின் சிற்றரசர்களாக இருந்த வாணாதிராயர்களிடம் மதுரையின் ஆட்சிப் பொறுப்பை விஜயநகரப் பிரதிநிதிகள் ஒப்படைத்தனர்.

இவர்கள் வைணவ சமயத்தைச் சேர்ந்தவர்கள். மதுரையை ஆட்சி செய்தாலும் மதுரையில் அருகே உள்ள அழகர் கோவிலைத் தங்கள் தலைநகராகக் கொண்டவர்கள். கருடனை தங்கள் கொடியில் வைத்திருந்தவர்கள். கருடகேதனன் என்ற சிறப்பைப் பெற்ற இந்த வாணாதிராயர்கள் பல நாணயங்களை வெளியிட்டிருக்கின்றனர்.

இவர்கள் வெளியிட்ட ஒரு வகை நாணயங்களில் ஒருபுறம் கருடனின் உருவம் காணப்படுகிறது. அருகில் சங்கு, சக்கரம் உள்ளன. மறுபுறம் 'சமரகோலாகலன்' என்று மூன்று வரிகளில் தமிழில் எழுதப்பட்டுள்ளது. வாணர்களில் சிறந்த அரசன் சமரகோலாகலன் என்பவன். விஜயநகர அரசின் படைகளை விரட்டி தன்னாட்சியை நிறுவ முயன்ற அரசன் சமரகோலாகலன். இவனுககு 'புவனேகவீரன்' என்ற இன்னொரு பெயர் உண்டு.

அந்தப் பெயரிலும் நாணயங்களை வெளியிட்டிருக்கிறான் இந்த அரசன். அந்த வகை நாணயங்களில் ஒருபுறம் கருடன் காலை மடித்துப் பறக்கும் நிலையில் உள்ளது. அருகில் சங்கு உள்ளது. பின்புறம் 'புவனேகவீரன்' என்று எழுதப்பட்டுள்ளது.

மராட்டியர் காசுகள்

தஞ்சை நாயக்கர் அரசு வீழ்ச்சியடைந்த போது, செஞ்சியை பீஜப்பூர் சுல்தானின் பிரதிநிதியாக ஆட்சி செய்துகொண்டிருந்த மராட்டிய வீரர் ஏகோஜி, தஞ்சையின் ஆட்சிப் பொறுப்பை ஏற்றுக் கொண்டார். இவர் மராட்டிய மன்னர் சிவாஜியின் சகோதரர். சிவாஜியின் தந்தையான ஷாஹஜியின் இன்னொரு மனைவிக்குப் பிறந்தவர். தஞ்சை மராட்டியர் பரம்பரை இவரால்தான் தோற்றுவிக்கப்பட்டது.

தஞ்சை மராட்டிய அரசர்கள் சக்கரம், புலிவராகன், பரங்கிப்பேட்டை வராகன், நாகப்பட்டினம் வராகன் என்ற பெயரில் பல்வேறு நாணயங்களை வெளியிட்டிருக்கின்றனர். திருமருகல் என்ற ஊரில் மராட்டியரின் நாணயம் அச்சடிக்கும் தொழிற்கூடம் இருந்ததாக திரு.நடன காசிநாதன் குறிப்பிடுகிறார்.

அம்மன் காசு

அம்மன் காசு என்பது பிரிட்டிஷ் காலத்தில் புதுக்கோட்டை சமஸ்தானம் வெளியிட்ட ஒரு நாணயமாகும், அதன் மதிப்பு அந்த காலத்தில் ஒரு பைசாவின் *1/3* ஆக இருந்தது.

புதுக்கோட்டை தொண்டைமான்களின் குலதெய்வமான பிரகதாம்பாளின் திருவுருவம் ஒருபுறம் அச்சிடப்பட்டிருக்கும், மறுபுறத்தில் 'விஜயா' என்ற வார்த்தை அச்சிடப்பட்டுள்ளது. மிகவும் சிறிய அளவிலான இந்த நாணயங்கள் கொல்கத்தாவில் அச்சிடப்பட்டன.

துணை நூல்கள்

1. Coins, Parameshwari Lal Gupta,
2. Ancient Indian Silver Punch Marked Coins of Magada, Maurya, Karshapana Series, P.L.Gupta
3. The Coins of India C.J.Brown,
4. Coins of Ancient India, A Cunningham
5. Catalogue of the Coins of Ancient India, John Allan
6. South Indian Coins, T Desikachari
7. Tamil Coins a Study, Dr. R. Nagasamy
8. Early Coins of North India - an iconographic study, S.S.Singh
9. The Age of Imperial Guptas, R.D Banerji
10. The Gupta Empire, R.K.Mookerji
11. Cholas, K.A. Nilakanta Sastri
12. Administration and Social Life under the Pallavas, Dr. Minakshi
13. The Vijayanagara Empire, Domingos Paes & Fenao Nuniz
14. History of the Nayaks of Madurai, R. Satyanatha Aiyer
15. Epigraphia India Volumes - Archeological Survey of India
16. South Indian Inscriptions Volumes - Archeological Survey of India
17. தமிழகக் காசுகள், ஆறுமுக சீதாராமன்
18. தமிழர் காசு இயல், நடன காசிநாதன்
19. பாண்டியர் பெருவழுதி நாணயங்கள், இரா. கிருஷ்ணமூர்த்தி
20. பாண்டியர் வரலாறு, சதாசிவப் பண்டாரத்தார்

ரூ.170

சேர சோழ பாண்டிய பல்லவர் காலக் கல்வெட்டுகளும்
செப்பேடுகளும்

- எஸ். கிருஷ்ணன் -

கல்வெட்டுகளும் செப்பேடுகளும் நமது வரலாற்றுக் காலத்தைக் காட்டும் கண்ணாடிகள். கல்வெட்டுகள் பெரும்பாலும் நிலக்கொடைகளையும் தானங்களையும் கோவில் திருப்பணிகளையும் குறிப்பிடுவதாக இருந்தாலும், அவற்றில் அக்காலச் சமுதாயம், பொருளாதாரம், நீதி முறைகள், அரசர்களின் வம்சாவளி, அவர்கள் மேற்கொண்ட போர்கள் ஆகியவற்றைப் பற்றிய விவரங்களும் காணப்படுகின்றன. இவை, அக்காலத்தைப் பற்றிய ஒரு சுவையான சித்திரத்தை அளிக்கின்றன.

சேர, சோழ, பாண்டிய, பல்லவர்களுடைய ஆயிரக்கணக்கான கல்வெட்டுகளில் இருந்தும் செப்பேடுகளில் இருந்தும் தேர்ந்தெடுக்கப்பட்ட சில கல்வெட்டுகளும் செப்பேடுகளும் இந்த நூலில் கொடுக்கப்பட்டுள்ளன. மேன்மேலும் தமிழ் வரலாற்றை ஆராய வரலாற்று ஆர்வலர்களுக்கு இந்நூல் ஒரு தொடக்கமாக இருக்கும்.

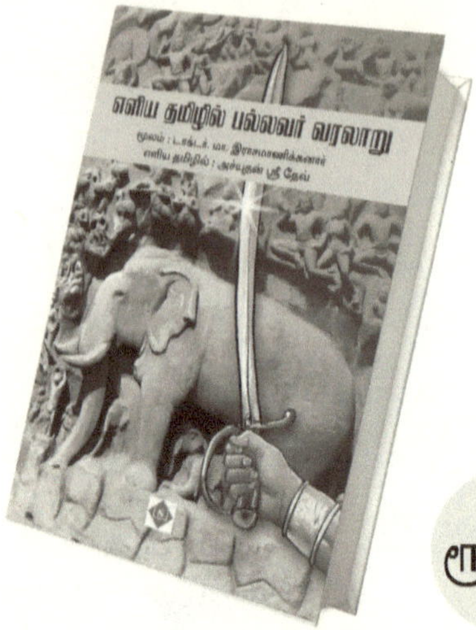

ரூ.260

எளிய தமிழில் பல்லவர் வரலாறு

- மா.இராசமாணிக்கனார் (மூலம்),
அச்யுதன் ஸ்ரீ தேவ்(எளிய தமிழில்) -

சோழர்களுக்கு முன்பாகத் தமிழ் நிலத்தின் பெரும்பரப்பை, ஏறத்தாழ 600 ஆண்டுகாலம் ஆட்சி செய்தவர்கள் பல்லவர்கள். சோழர்களின் காலத்தில் தமிழகக் கட்டடக் கலை உச்சம் தொட்டது என்றாலும், அதற்கான அடித்தளத்தை ஆழமாக இட்டவர்கள் பல்லவர்களே. தமிழ் நிலத்தில் முதன்முதலில் கருங்கற்கள் கொண்டு கோவில் எழுப்பிய பல்லவர்கள், செங்கற்களால் கட்டப்பட்ட கோவில்களைக் கருங்கற்களால் புதுப்பிக்கவும் செய்தார்கள். இதனைச் சான்றுகளுடன் விளக்குகிறார் நூலாசிரியர்.

பல்லவர் கால நீர் மேலாண்மை, காஞ்சி மாநகரின் அருமை, சைவ – வைணவ மதங்களின் எழுச்சி, சமண – பௌத்த மதங்களின் வீழ்ச்சி, பல்லவர்கள் மேற்கொண்ட போர்கள், அதன் விளைவுகள், அக்காலப் பஞ்சங்கள்; ஓவியம், சிற்பம், இசை மற்றும் நடனம் ஆகியவற்றிற்குப் பல்லவர்கள் கொடுத்த முக்கியத்துவம், அக்கால சமூகப் பொருளாதார நிலைகள், பல்லவர்களின் வீழ்ச்சி போன்றவை இந்தப் புத்தகத்தில் அழகாகவும் தெளிவாகவும் எளிமையாகவும் விவரிக்கப்பட்டுள்ளன.

www.ingramcontent.com/pod-product-compliance
Lightning Source LLC
LaVergne TN
LVHW090400051026
849518LV00006B/2192